ആത്മഹത്യക്ക് ചില
വിശദീകരണക്കുറിപ്പുകൾ

**athmahathyakku
chila visadeekaranakkurippukal**
(novel)

•

anu warrier

•

first edition
february 2015

•

typesetting
megha

•

published
chintha publishers, thiruvananthapuram

•

•

cover
blackmole

•

വിതരണം

ദേശാഭിമാനി ബുക്ക് ഹൗസ്
H O തിരുവനന്തപുരം-695 035
phone: 0471-2303026, 6063026
www.chinthapublishers.com
chinthapublishers@gmail.com

ബ്രാഞ്ചുകൾ

ഹെഡ്ഡാഫീസ് ബ്രാഞ്ച് കുന്നുകുഴി • സ്റ്റാച്യു തിരുവനന്തപുരം • കെ എസ് ആർ ടി സി ബസ് സ്റ്റേഷൻ ആലപ്പുഴ • കെ എസ് ആർ ടി സി ബസ് സ്റ്റേഷൻ എറണാകുളം • ചിറ്റൂർ റോഡ് എറണാകുളം • മച്ചിങ്ങൽ ലെയ്ൻ തൃശൂർ • ഐ ജി റോഡ് കോഴിക്കോട് • മാവൂർ റോഡ് കോഴിക്കോട് • എൻ ജി ഒ യൂണിയൻ ബിൽഡിങ് കണ്ണൂർ • സെൻട്രൽ ബസ് ടെർമിനൽ കോംപ്ലക്സ് താവക്കര കണ്ണൂർ

CO - 2010 / 3383

ആത്മഹത്യക്ക് ചില
വിശദീകരണക്കുറിപ്പുകൾ
(നോവൽ)

അനു വാര്യർ

ചിന്ത പബ്ലിഷേഴ്സ്
തിരുവനന്തപുരം-695 035

അനു വാര്യർ

കൊല്ലം ജില്ലയിലെ പാരിപ്പള്ളിയിൽ 1976 ൽ ജനനം. അച്ഛൻ: ചക്രപാണി വാര്യർ. അമ്മ: സുശീലാ ദേവി. 1996 മുതൽ പത്രപ്രവർത്തനരംഗത്ത്. *മംഗളം, ഫ്രീപ്രസ് ജേർണൽ, ദ ന്യൂ ഇന്ത്യൻ എക്സ്പ്രസ്, ദി സൺഡേ, ഇന്ത്യൻ വീക്ക്ലി* എന്നിവിടങ്ങളിൽ ജോലി ചെയ്തു. ദുബായിയിൽ മാധ്യമപ്രവർത്തകനായും പരസ്യമെഴുത്തുകാരനായും പ്രവർത്തിച്ചു. ഇപ്പോൾ ദുബായ് *ഖലീവൂടെടംസിൽ* കോപ്പി എഡിറ്റർ.

പ്രസിദ്ധീകരിച്ച കൃതികൾ: *യാത്രാപുസ്തകത്തിൽ ചില അപരിചിതർ* (ഓർമകൾ), *ഷാങ്ഹായ് പാഠപുസ്തകം* (പരിഭാഷ).

ഭാര്യ	:	പ്രമീളാ ഗോവിന്ദ
മക്കൾ	:	അപൂർവ, അനന്യ.
വിലാസം	:	ചെരാത്,
		പാരിപ്പള്ളി പി ഒ, കൊല്ലം.
ഇ–മെയിൽ	:	anuwarrier@gmail.com
Phone	:	9447004053, 2285968

മുൻവാക്ക്

ആൽബേർ കാമ്യു പറയുന്നു:

ജനങ്ങൾ എന്തു വിഡ്ഢികളാണ് അവർ എപ്പോഴും ആത്മഹ
ത്യക്ക് ഒരു കാരണം കണ്ടെത്താൻ മെനക്കെടുന്നു. എന്തുകൊണ്ട്
രണ്ട് കാരണങ്ങൾ ഉണ്ടായിക്കൂടാ, അതവർ ചിന്തിക്കുന്നില്ല. കാര
ണങ്ങളുണ്ടാകാതെയുമാവാമല്ലോ.

കൽക്കത്തയിലായിരുന്നകാലത്ത് പത്രത്തിന്റെ പ്രാദേശിക പേജിൽ
സുദേശ്ഘോഷിന്റെ വാർത്ത കാണുമ്പോൾ ഞാൻ കാമ്യുവിന്റെ കൃതി
വായിച്ചിരുന്നില്ല. വിഡ്ഢികളിലൊരുവനായി ഞാനും വാർത്തയ്ക്കു
പിന്നാലെ മനസിനെ വെറുതെ അലയാൻ വിട്ടു.

എസ്പ്ലനേഡിലെ സായാഹനസഭയിൽ നാലുദിവസം തുടർച്ചയായി
മണിമാലയെ കാണാതായപ്പോഴാണ് ഞാൻ നീപയോടന്വേഷിച്ചത്. സുദേ
ശ്ഘോഷിനെ വാർത്തയാക്കിയതിലെ തന്റെ പങ്കോർത്ത് കുറ്റബോധ
ത്തിന്റെ കുരിശിൽ നീറുകയായിരുന്നു മണിയെന്ന് അവൾ പറഞ്ഞാണ
റിഞ്ഞത്.

കാരണങ്ങളില്ലാതെ ജീവിതത്തോട് പ്രതികാരം തീർത്തവരെ
ഓർക്കുമ്പോൾ ജെസി എന്നെ വല്ലാതെ ശല്യപ്പെടുത്തുന്നു. ഫോർട്ടു
കൊച്ചിയിലെ വീട്ടിൽ കുറിപ്പുകളൊന്നും യാത്രാമൊഴിയായി നൽകാതെ
വിടപറഞ്ഞുപോയവൾ അന്നാമരിയയെന്ന പേരിൽ നിങ്ങളെയും ഒരൽപ്പം
ശല്യപ്പെടുത്തിക്കോട്ടെ.

ഉണ്ണിയെന്ന പേര് എനിക്കൊരു ചാത്തമൂട്ടലാണ്. ജീവിതത്തിന്റെ
വസന്തം സ്വപ്നംകണ്ട്, വൃത്തികേടുകളുടെ മഹാനഗരത്തിലേക്ക് വണ്ടി
കയറിയ എന്റെ പ്രിയപ്പെട്ട ചങ്ങാതി. മതത്തിന്റെ മുഖംമൂടികൾ തെരു

വിൽ പടവാളിളക്കിയപ്പോൾ നഷ്ടമായിപ്പോയവന് ഒരിറ്റു കണ്ണീരുണക്കി ബലിച്ചോറ്....

അമലേന്ദുവും ഭവേന്ദുറും ഞാനൊരുപാട് തവണ കണ്ട മുഖങ്ങ ളാണ്. വെറുതെ ജീവിക്കുന്നവർ....

ഇനിയുമൊരുപാടുപേരുണ്ട്. സംസാരിക്കാതെ കഥാപാത്രങ്ങളാകു ന്നവർ. കാരണം, ഈ പരിശ്രമത്തിന് അവരുടെ സംഭാവനകൾ ഞാനേ റ്റുവാങ്ങിയത് മനസിലാണ്. സ്നേഹം പരീക്ഷിക്കാൻ എനിക്ക്, ഒരു മര ണത്തിന്റെ ആവശ്യമില്ലാത്തവർ...

ഞാൻ ആത്മഹത്യയിൽ വിശ്വസിക്കുന്നു. ജീവിക്കാൻ അവകാശ മുള്ളവന് അതില്ലാതാക്കാനും അവകാശമുണ്ടെന്നാണെന്റെ അഭിപ്രായം. ഭീരുവായതുകൊണ്ടുമാത്രം ഞാനിനിയും അതു ചെയ്തിട്ടില്ല. എനിക്ക് മുന്നേ ധൈര്യവാന്മാരായവരെ നമിക്കാതെ നിവൃത്തിയില്ല. സുദേശും ജെസിയുമുൾപ്പെടെ ഒരുപാടുപേരെ....

അനു വാര്യർ

ഒന്ന്

ഭവേന്ദർ പൊട്ടിച്ചിരിച്ചത് സ്വപ്നത്തിലായിരുന്നു. കൊച്ചുകൊച്ചു പൊട്ടിത്തെറികൾപോലെ ഭവേന്ദരിന്റെ സ്വപ്നം, മുഴങ്ങിയ ശബ്ദം കേൾപ്പിച്ചു. പക്ഷേ, അതൊന്നും കേൾക്കാൻ, അയാൾക്കരികിലുണ്ടാ യിരുന്ന ഒരേയൊരു മനുഷ്യജീവിക്ക് കഴിഞ്ഞതേയില്ല. സ്വപ്നങ്ങളുടെ ശബ്ദം പിടിച്ചെടുക്കാൻ പറ്റിയ മാനസികാവസ്ഥയായിരുന്നില്ല അപ്പോൾ സുദേശിന്റേത്. ഭവേന്ദരിന്റെ സ്വപ്നത്തിലെ പൊട്ടിച്ചിരി സുദേശിന്റെ നിശ്ശബ്ദതയിൽനിന്ന് കിട്ടിയതായിരുന്നു. അയാളുടെ വലിഞ്ഞു മുറുകിയ മുഖത്തിന് അത്രയ്ക്ക് കൃത്രിമത്വമുണ്ടായിരുന്നു. പക്ഷേ, അയാളെ എന്തോ കാര്യമായി അലട്ടുന്നുവെന്ന് മനസിലാക്കിയാവണം ഭവേന്ദർ തന്റെ പൊട്ടിച്ചിരിയെ സ്വയം തിരിച്ചറിയുന്നതിനെന്നവണ്ണമുള്ള ഒരു പുഞ്ചിരിയിലൊതുക്കിയത്.

സുദേശിന്റെ നിശ്ശബ്ദത ഭവേന്ദരിലുണ്ടാക്കിയത് തനിക്കു മുന്നിൽ ഒരപരിചിതൻ ഇരിക്കുന്നുവെന്ന തോന്നലാണ്. ഭവേന്ദരിനു മുന്നിൽ ഒരി ക്കലും സുദേശ്ഘോഷ് ഇങ്ങനെയായിരുന്നിട്ടേയില്ല. ക്ലാസ്മുറിയിലെ വിദ്ഗ്ധനായ ഒരധ്യാപകന്റെ വാചാലതയാണ് അയാളുടെ പതിവുരീതി. ഓരോ ചെറിയ പദ്ധതിയുടെപോലും വിശദാംശങ്ങൾ സുദേശ് അവതരി പ്പിക്കുന്നത് പ്രത്യേക മിടുക്കോടെയാണ്. ഒരുക്കുന്ന ആക്ഷന്റെ പ്രത്യേ കതകളും അതിൽ തന്റേത് മാത്രമായ ബുദ്ധിപ്രയോഗങ്ങളും ഏറ്റവും വിശ്വസ്തനായ സുഹൃത്തിനോടെന്നപോലെയാണ് സുദേശ് ഭവേന്ദ രിനോട് പറയുക.

ഏറെ സങ്കീർണമായ ആക്ഷനുകൾക്കു മുമ്പുപോലും സുദേശിന്റെ മുഖത്ത് നിസ്സാരതയുടെ ഒരു ചിരിക്കപ്പുറമുള്ള ഭാവങ്ങളൊന്നും കടന്നു വരാറേയില്ല. മത്സരത്തിനു മുൻപെ വിജയിയായ ഒരാളുടെ ചിരി. എന്നാൽ ഇത്തവണ.... ഏറെ നേരമായി ഭവേന്ദരിന്റെ ചുണ്ടിൽ തെളിഞ്ഞുനിന്ന

പുഞ്ചിരിയിലേക്കുപോലും സുദേശിന്റെ വരൾച്ച പടർന്നുതുടങ്ങിയിരുന്നു.

സുദേശ് ആവശ്യപ്പെട്ടതെന്തെന്ന് ഭവേന്ദറിന് മനസിലാക്കാൻ കുറേ സമയമെടുത്തു. ഒരു കാപ്സ്യൂൾ ബോംബ്; അതും ഒരു പേനയ്ക്കു ള്ളിലൊതുങ്ങാവുന്നത്.

അത്ഭുതപ്പെടാൻ ഒന്നുമില്ലാതെ ആ ആവശ്യത്തിലേക്ക് കടക്കാൻ പോലും സുദേശിന്റെ കനത്ത ഭാവം അയാളെ അനുവദിച്ചില്ല. എന്നിട്ടും ഭവേന്ദർ പറഞ്ഞുതുടങ്ങിയത് അത്തരമൊന്നിന്റെ വൈഷമ്യങ്ങളെക്കു റിച്ചായിരുന്നു. അൽപ്പം നീണ്ട തന്റെ പ്രഭാഷണത്തിലൂടെ സുദേശിന്റെ ആവശ്യം പിൻവലിപ്പിക്കാനായിരുന്നു അയാളുടെ ശ്രമം. രാസനാമങ്ങളും സാങ്കേതികതയും ആവർത്തിച്ചുവന്ന ആ വിരസ സംഭാഷണത്തിനെടു വിൽ അതിന്റെ വലിപ്പം ഒരു മുഴുത്ത നെല്ലിക്കയോളമാവാമെന്നു സുദേശ് സമ്മതിച്ചപ്പോഴും ഭവേന്ദർ തൃപ്തനായില്ല. കേന്ദ്രത്തിൽനിന്നുള്ള ഉത്ത രവ് കിട്ടാൻ ആവശ്യപ്പെട്ട് അയാളെ ഒന്നു ശുണ്ഠിപിടിപ്പിച്ചാലെ ന്തെ ന്നുവരെ ഭവേന്ദർ ആലോചിച്ചതാണ്. എന്തോ അത് വേണ്ടെന്ന് വച്ച് അയാൾ റൊട്ടിക്ക് കുഴച്ച മാവിലേക്ക് തിരിഞ്ഞു. ഒരു നല്ല റൊട്ടിക്കാവ ശ്യമുള്ളതിലുമേറെ മാവ് കയ്യിലെടുത്ത് ഉരുട്ടി സുദേശിന് നേരെ നീട്ടി അയാൾ പറഞ്ഞു:

"ഘോഷ്, ഇത്ര വലുപ്പമെങ്കിലും കാണും." സുദേശ് അതിലേ ക്കൊന്നു നോക്കി. ഒരു ചെറുനാരങ്ങയുടെ വലിപ്പം. മുഖത്തെ നിസ്സം ഗത മാറ്റിവയ്ക്കാതെ കണ്ണുകളെ അതിലേക്ക് വിട്ട് അയാൾ ശരിയെന്ന അർഥത്തിൽ തലയാട്ടി.

സംഘത്തിൽ ബോംബു നിർമാണത്തിന്റെ ചുമതലയാണ് ഭവേന്ദ റിന്. മൂന്നു ജില്ലകളിലേക്ക് ആക്ഷനുള്ള ബോംബുകൾ തയാറാക്കി നൽ കുകമാത്രം. ശരിക്കു പറഞ്ഞാൽ ഭരണകൂടത്തിന്റെ നല്ലവശങ്ങളുടെ മാത്രം പ്രതിനിധികളായാണവർ സ്വയം കരുതിപ്പോന്നത്. നഗരമധ്യ ത്തിലെ തിരക്കുപിടിച്ച ജീവിതത്തിനിടയിലും ഭവേന്ദറിനെത്തേടി സുദേശ് ഇവിടെ, ഗ്രാമത്തിലെത്താറുണ്ട്. ബോംബുകൾ ആവശ്യം വരുമ്പോൾ മാത്രമല്ല, മനസുതുറന്നൊന്ന് സംസാരിക്കണമെന്നു തോന്നുമ്പോൾ എപ്പോഴായാലും അയാൾ അവിടെച്ചെല്ലും. അധ്യാപനത്തിന്റെ മടുപ്പിച്ചു തുടങ്ങുന്ന ആവർത്തനദിനങ്ങൾക്കിടയിൽ സന്തോഷത്തിന്റെ നിമിഷ ങ്ങളാണ് സുദേശിന് ഭവേന്ദറിന്റെ ചെറുകുരയിൽനിന്ന് വീണുകിട്ടുന്നത്. മണിക്കൂറുകൾ നീണ്ട് എങ്ങുമെത്താതെ ഒടുങ്ങുന്ന ചർച്ചകളിലൂടെ അവർ ഒരുപാട് മനസിലാക്കും. തങ്ങൾ ഒരിക്കലും കണ്ടുമുട്ടാതെ പോകേ ണ്ടിയിരുന്നവരല്ലെന്ന് ന്യായീകരിക്കും.

പതിവുവിട്ട് മൗനമായിരിക്കുന്ന സുദേശിനെ കണ്ടപ്പോൾ ഒരസാ ധാരണത്വം തോന്നിയെങ്കിലും ഭവേന്ദർ അതിനെക്കുറിച്ച് ചിന്തിക്കാതി രിക്കാൻ ശ്രമിച്ചു. തന്റെ ആക്ഷന്റെ പൂർണമാവാത്ത പദ്ധതിയിലൂടെ സഞ്ചരിക്കുകയാവും സുദേശ്ഘോഷ് എന്നു തോന്നിയപ്പോൾ അയാൾ ചെറിയ സ്വരത്തിൽ ചോദിച്ചു: "ഘോഷ്, തുലയാനുള്ളവൻ ഏതു തര

ക്കാരൻ?" സുദേശ് അവർക്കു മുന്നിൽ ചുരുണ്ടുകിടന്ന ചുവപ്പുകൊടി
യിലേക്ക് യാദൃച്ഛികമെന്നവണ്ണം വിരൽചൂണ്ടി വീണ്ടും ചിന്തകളിലേക്കും
നിശ്ശബ്ദതയിലേക്കും നൂണ്ടുകയറി. ഒന്നും തിരിയാതെ ഭവേന്ദർ തന്റെ
രാസവസ്തുക്കളിലേക്ക് കടന്നുപോയി.

മുമ്പോംബടങ്ങിയ ചെറിയ കടലാസുപെട്ടിയുമായി സുദേശ്ഘോഷ്
നഗരമധ്യത്തിലൂടെ നടക്കുകയാണ്. പകൽത്തിരക്കുകളെ വെടിഞ്ഞ്
കെട്ടിടങ്ങളുടെ നിഴലുകളുടെ ഇരുട്ടിൽ മുഖം പൂഴ്ത്തി, ഉറക്കം തുടങ്ങിയ
ഗലികളിലൂടെ കടന്ന് പോയപ്പോൾ സുദേശ് ഇടയ്ക്കൊന്നു നിന്നു. കടന്നു
പോകേണ്ട വഴി മനസിലുറപ്പുവരുത്തി അയാൾ വീണ്ടും നടന്നുതുടങ്ങി.

നിലാവ് തന്റെ കയ്യിലെ ചെറിയ പെട്ടിയിലേക്ക് കണ്ണുതുറിക്കുന്നു
വെന്ന് സംശയം തോന്നിയപ്പോൾ അയാൾ അത് നരച്ചുതുടങ്ങിയ ജീൻ
സിന്റെ വലിയ പോക്കറ്റിലേക്കിട്ടു. അശാന്തമായ ഒരു മനസിന്റെ ചിന്ത
കളെപ്പോലെ പോക്കറ്റിലിഴഞ്ഞു തുടങ്ങിയ പെട്ടി ചലനമറ്റുകിടക്കാൻ
അയാൾ നന്നേ ശ്രമിച്ചു. ഒടുവിൽ നിലാവിനെ നോക്കി മങ്ങിയ ഒരു
പുഞ്ചിരി കാഴ്ചവച്ച് അയാൾ പെട്ടി കയ്യിലേക്കുതന്നെ തിരിച്ചെടുത്തു.

മൂന്നോ നാലോ തെരുവുകൾ കടന്ന് ഒരു ചെറിയ ഇടവഴി അവസാ
നിക്കുന്നിടത്ത് അയാൾ നിന്നു. മുന്നിലെ ഇളംനീല ഗേറ്റിനു പിറകിലെ
വീടിന്റെ ഒന്നാം നിലയിലെ തുറന്ന ജനാലയിലേക്കു സുദേശ് സൂക്ഷിച്ചു
നോക്കി. അതിലൂടെ പുറത്തേക്കു വരുന്ന സംഗീതത്തിൽ ദുഃഖത്തിന്റെ
നേർത്ത അലകൾപോലുമില്ലെന്നറിഞ്ഞ് അയാൾ നിരുന്മേഷനായി.
റഹ്മാന്റെ യഥാർത്ഥ സംഗീതത്തിനൊപ്പമുയരുന്ന സ്ത്രീശബ്ദം
അയാളെ രോഷാകുലനാക്കി. പെട്ടി നിലത്തുവച്ച് സുദേശ്ഘോഷ്
ഭൂമിയെ തൊട്ടു. സകല വർണക്കൊടികളേയും വിസ്മരിച്ചു. ആ സമയം
ജനാലയ്ക്കലെത്തിയ സുന്ദരിയായ ഒരു പെൺകുട്ടി കതകുകൾ വലി
ച്ചടച്ചു.

ഒരുനിമിഷം. നിലാവിന്റെ വെളിച്ചം സുദേശ്ഘോഷിനു നഷ്ടമായി.
ഭൂമിയുടെ ഏതോ ഇരുണ്ട മൂലയിലേക്കയാൾ ഒറ്റപ്പെട്ടു. തുറന്ന ആകാ
ശത്തിനു കീഴെ, കടന്നുപോന്ന എല്ലാ കെട്ടിടങ്ങളുമെത്തി നിഴലായി
മൂടി. മനസും മാനവും ഇരുളിലായപ്പോൾ സുദേശ് പെട്ടി കയ്യിലെടുത്ത്
തുറന്നു. കടലാസ് കഷണങ്ങളെ വലിച്ചെറിഞ്ഞു. മൂടിയ കൺപോള
കൾക്കിടയിലൂടെ അടഞ്ഞ ജനാലമാത്രം കണ്ടുകൊണ്ട് മുഴുത്ത ഒരു
നാരങ്ങ തന്റെ കൈയിലെടുത്തു. അകലെ ഗ്രാമത്തിൽ ഭവേന്ദറിന്റെ
സ്വപ്നത്തിൽ ഒരു വർഗശത്രു കഷണങ്ങളായി, തെറിച്ചുവീണു.

രണ്ട്

ഉണ്ണി (വെറും ഒരു പത്രക്കാരന്റെ കണ്ണുകൾ)

മഹാനഗരത്തിലെ നരച്ച പുലരികളിൽ, ഉണർത്താനെത്തുന്ന ഇംഗ്ലീഷ് പത്രത്തോട് വല്ലാത്ത ദേഷ്യമാണെനിക്ക്. അച്ചടിമഷിയും ന്യൂസ്പ്രിന്റും ചേരുന്ന ഗന്ധത്തിനപ്പുറം എന്നിൽ താൽപ്പര്യമുണർത്താൻ പോന്ന യാതൊന്നും അതിലുണ്ടാവാറില്ല. പടിഞ്ഞാറൻ സിനിമാതാര ങ്ങളുടെ കാമകേളികളോ മുൻമന്ത്രിമാരുടെ മോഷണമോ എനിക്കത്ര താൽപ്പര്യമുള്ള വിഷയങ്ങളുമല്ല. ജീവിതത്തോടിത്ര നിസ്സംഗത പാടില്ലെന്ന് അന്ന ഉപദേശിക്കുമ്പോൾ മറ്റുള്ളവരുടെ ജീവിതത്തോട് ഇത്രയൊക്കെ യാകാം എന്ന മറുപടിയിലൂടെയാണ് ഞാൻ രക്ഷനേടുക. എന്നാൽ അതി രാവിലെ മുതൽ രാത്രിവരെ മറ്റുള്ളവരുടെ ജീവിതങ്ങളെ വാർത്തകളാക്കി നാട്ടിലേക്കയക്കുമ്പോൾ ഈ നിസ്സംഗത എനിക്കുനേരെ പുറംതിരിഞ്ഞ് നിൽക്കാറാണ് പതിവ്. അനാമികയെന്ന അന്നയ്ക്കൊപ്പമുള്ള സായാ ഹ്നങ്ങളുടെ ജീവിതത്തിൽ പോലും വാർത്ത തേടുകയെന്നത് വല്ലാത്ത വൈരുധ്യമാണ്.

ഇയാൾ, ഈ സുദേശ്ഘോഷ് നാട്ടിലേക്കൊരു വാർത്തയേയല്ല. കോട്ടയത്തോ കൊച്ചിയിലോ പ്രചാരണം കൂട്ടാൻ ഇയാൾക്കാവില്ലെന്നത് ഉറപ്പാണ്. എന്റെ കമ്പ്യൂട്ടറിലൂടെ കടന്ന് തരംഗങ്ങളായി ആകാശത്തി ലൂടെ അങ്ങ് കോട്ടയത്തേക്കു സഞ്ചരിച്ചെത്തുമ്പോഴേക്കും ഇയാൾ ആ രുമാവില്ല. ഒരുപക്ഷേ, ഒരു കോളംവാർത്തപോലും. ഒന്നു മരിക്കാൻപോ ലുമാവാത്ത ഈ മനുഷ്യൻ പത്രത്തിലെത്തും. മുമ്പുതന്നെ നഷ്ടപ്പെട്ടു പോയേക്കാം. എങ്കിലും (....)

രണ്ടു ഫോൺ വിളികൾക്കുശേഷം ഞാൻ മെല്ലെ കടലാസെടുത്ത് പൊട്ടിത്തകർന്ന തലയോട്ടിക്ക് താഴെ പത്രത്തിലെ വാർത്ത

ചുരുക്കിയെഴുതുകയാണിപ്പോൾ.

കൽക്കത്ത: ആത്മഹത്യക്കു ശ്രമിച്ച യുവാവിനെ അതിഗുരുതര പരു
ക്കുകളോടെ ആശുപത്രിയിൽ പ്രവേശിപ്പിച്ചു. സ്കൂൾ അധ്യാപകനും,
ഭരണമുന്നണിയിലെ പ്രമുഖ പാർട്ടിയുടെ ജില്ലാ കമ്മിറ്റിയംഗവുമായ
സുദേശ് ഘോഷ് (26) ആണ് ആത്മഹത്യക്ക് ശ്രമിച്ചു പരാജയപ്പെട്ടത്.
വിഴുങ്ങാൻ ശ്രമിച്ച ബോംബ് വായ്ക്കുള്ളിൽ വച്ച് പൊട്ടിയതാണ് ഇയാ
ളുടെ ആത്മഹത്യാശ്രമം പരാജയപ്പെടാൻ കാരണമെന്ന് ഡോക്ടർമാർ
പറഞ്ഞു. ഇയാളുടെ മുഖത്തിന്റെ പകുതിയിലേറെ ഭാഗം അടർന്നു
പോയി.

മരണം പരാജയപ്പെട്ട് മടങ്ങിയ ഈ നിർഭാഗ്യവാൻ എനിക്കാരുമ
ല്ലെന്ന നിസ്സംഗഭാവത്തോടെ, പത്രത്തിലെ ഓഹരിവിലകളുടെ താളി
ലേക്ക് നിമിഷങ്ങൾ തള്ളിവിടുന്ന നഗരജീവിയുടെ കൗതുകങ്ങളിൽ ചിരി
ച്ചൊഴിയാനുള്ളതിലപ്പുറം പ്രാധാന്യം സുദേശ്ഘോഷിനില്ല. ഒരുപക്ഷേ,
വിഡ്ഢിപ്പെട്ടിയിലെ സോപ്പെട്ടി പരമ്പരകളിൽ ജീവിതം നടിക്കുന്ന
ഏതെങ്കിലുമൊരു കഥാപാത്രത്തിനായുള്ള കണ്ണീരിൽനിന്നും ഒരു തുള്ളി,
ചില വീട്ടമ്മമാർ ഇയാൾക്കായി മാറ്റിവച്ചേക്കാം. അതിനപ്പുറം ഒന്നുമു
ണ്ടാവില്ല. എന്നിട്ടും, വാർത്തയെഴുത്തവസാനിച്ചിട്ടും അയാൾ എന്റെ മന
സിനെ വല്ലാതെ പിന്തുടർന്നുകൊണ്ടിരുന്നു.

ഒരു പ്രണയനൈരാശ്യം ഇത്രയ്ക്കു കടുത്ത ഒരു പ്രതികരണം
ഒരാളിൽ സൃഷ്ടിക്കുകയെന്നതിന്റെ സാംഗത്യം എനിക്കു മനസിലാകു
ന്നില്ല. വിപ്ലവങ്ങൾക്ക് തിരികൊളുത്താൻ തയാറെടുത്ത് നടന്ന ഒരു മനു
ഷ്യൻ എങ്ങനെയാണിത്ര ലോലഹൃദയനാവുക. ഈ ചോദ്യം എത്രയോ
തവണ എന്നോടുതന്നെ ആവർത്തിക്കപ്പെട്ടിട്ടും ഒരു മറുപടിയും കിട്ടി
യില്ല. ഒടുവിൽ നിശ്ശബ്ദതയും നിയമങ്ങളും ഭേദിച്ച് പാഞ്ഞുപോകുന്ന
വാഹനങ്ങളിലൊന്നിൽ ഞാൻ സുദേശ്ഘോഷിന്റെ ആത്മഹത്യാമുനമ്പ
ന്വേഷിച്ച് യാത്രയായി.

തെക്കൻ കൽക്കത്തയിൽനിന്നും വടക്കോട്ട് കുതിച്ചു നീങ്ങുന്ന
ടാക്സിയുടെ മുന്നിൽ ഘടിപ്പിച്ച മീറ്ററിൽ അക്കങ്ങൾ ദ്രുതസഞ്ചാരം
നടത്തുന്നുണ്ടായിരുന്നു. നഗരത്തിന്റെ ഏകസ്വഭാവങ്ങളുള്ള കെട്ടിടങ്ങൾ
വിട്ട് പഴമയുടെ അവശിഷ്ടങ്ങൾ വഹിക്കുന്ന ഏതോ ഒരു തെരുവിൽ
'ഡംഡം' എന്ന ഒരു ബോർഡുകണ്ടപ്പോൾ ഞാൻ ഡ്രൈവറുടെ തോളിൽ
തൊട്ടു. മീറ്ററിലെ ചാർജിനൊപ്പം ശതമാനങ്ങളുടെ കണക്കുകൾകൂട്ടി
അയാൾ മനസൊരുക്കിത്തുടങ്ങിയപ്പോഴും ഞാൻ പണം നൽകി നടന്നു
തുടങ്ങിയിരുന്നു. അപ്പോഴും തിരക്കിന്റെ താളം മുറിക്കാതെ ചലിച്ചുകൊ
ണ്ടിരിക്കുന്ന വാഹനങ്ങളുടെ നിരയിലെവിടെയോ വിള്ളൽ വീഴ്ത്തി
റോഡ് മുറിച്ചു കടക്കുന്ന ഒരുകൂട്ടം മനുഷ്യരിൽ ഞാനും ഉൾപ്പെട്ടു
പോയി.

ഭാഷയുടെ അപരിചിതത്വത്തെ മറികടന്ന് അന്വേഷണങ്ങളുമായി
അലയുമ്പോൾ എന്റെ കൈവശം ഒരു തെരുവിന്റെ പേരുമാത്രമായിരു

ന്നു. മണിക്കൂറുകളുടെ അലച്ചിൽ ഇറുകിയ ഷൂവിനുള്ളിലെ പാദങ്ങളെ തളർത്തിയിട്ടും സുദേശ്ഘോഷിനും അയാളുടെ ആത്മഹത്യാ മുനമ്പിനും എന്റെ മനസിനിത്തിരി വിടുതൽ തരാനായില്ല. ഒടുവിൽ സൂര്യന്റെ മഞ്ഞവെളിച്ചം മാഞ്ഞുപോകുന്നതിനും മുമ്പ് ഞാനവിടെയെത്തി.

ചോരയും കരിപടർന്ന് ചുവപ്പു നിറം മറഞ്ഞുപോയ ചെറിയ മാംസ ക്ഷണങ്ങളും വരകൾക്കുള്ളിലാക്കി പൊലീസ് സ്ഥലം വിട്ടിരുന്നു. വൃത്തത്തിന് പുറത്ത് അവർ കാണാതെപോയ ഒരു മാംസക്ഷണത്തിനു മുന്നിൽ, ബീഭത്സതയുടെ ഭാവങ്ങൾ കണ്ട് ഞാൻ അമ്പരന്നു നിൽക്കവേ, അന്ന എനിക്കു മുന്നിലെ വീടിന്റെ പടികടന്ന് പുറത്തേക്ക് വരികയായി രുന്നു. തുറന്നിട്ട ജനാലയിലൂടെ അന്നയെ പിന്തുടരുന്ന നനഞ്ഞ രണ്ടു കണ്ണുകളും സുന്ദരിയായ ഒരു പെൺകുട്ടിയുടെ മുഖവും കാഴ്ചയിൽപ്പെട്ട നിമിഷം അതിന്റെ വാതിലുകൾ അടഞ്ഞു. പക്ഷേ, അവയ്ക്കൊരു പതിഞ്ഞ താളമേ ഉണ്ടായിരുന്നുള്ളൂ.

മൂന്ന്

മധുമാലദാസ്: (സ്വയം ന്യായീകരിക്കുന്നു.)

ജീവിതം ഇത്രയൊക്കെയേ ഉള്ളൂ എന്നു സമാധാനിപ്പിക്കാനാണ് അനാമിക വന്നുപോയത്. പക്ഷേ, അതെനിക്ക് അവളെ പറഞ്ഞു മന സിലാക്കേണ്ടതായി വന്നുവെന്നതാണു സത്യം. ഇതൊക്കെ മാത്രമാണ് ജീവിതമെങ്കിൽ അത് തുടർന്നു കൊണ്ടുപോകേണ്ടെന്ന് സുദേശിന് തോന്നിപ്പോയതിൽ അത്ഭുതമില്ല.

ഞാൻ ഇനിയും ആശുപത്രിയിൽ പോയില്ല. സുദേശ്ഘോഷ് എന്ന മനുഷ്യന്റെ ആത്മഹത്യാശ്രമത്തിനുള്ള കാരണങ്ങളിൽ കുരുക്കി നിയ മപാലകർ എന്നവകാശപ്പെടുന്നവർ വല്ലാതെ ബുദ്ധിമുട്ടിച്ചേക്കുമെന്ന അനാമികയുടെ മുന്നറിയിപ്പല്ല അതിനു കാരണം. ഈ നിസ്സാരതയുണ്ട ല്ലോ, ജീവിതം ഇത്രയേ ഉള്ളൂ എന്ന് വെളിവാക്കുന്ന ഒന്ന്. അതിനെ ബോധ്യപ്പെടുത്തി സുദേശ് മുഖമില്ലാത്തവനായി കിടക്കുന്നതു കാണാൻ എനിക്കാവില്ലയെന്നതു മാത്രമാണ് അതിന്റെ രഹസ്യം.

ഇപ്പോൾ വഴിയിൽ അനാമികയുടെ ആ മദ്രാസി കൂട്ടുകാരൻ ജനാ ലയിലേക്കു നോക്കിനിന്നപ്പോൾ ഞാൻ ഓർത്തത് സുദേശിനെ തന്നെ യാണ്. ഒരുപാട് രാവുകളിൽ സംഗീതംകൊണ്ട് സംസാരിച്ച് ജനാലയ്ക്കു പിന്നിൽ ഞാൻ നിൽക്കുമ്പോൾ അവനെത്താറുണ്ടായിരുന്നു. അഷ്ടിക്ക് വകയൊപ്പിക്കാനുള്ള തിരക്കിൽ നഗരത്തിന്റെ വെയിൽ മുഴുവനും തല യിലേറ്റുവാങ്ങി തെരുവുകൾ കയ്യടക്കുന്ന മനുഷ്യരെയെല്ലാം കൂടുകളി ലേക്ക് പറഞ്ഞയച്ച് ഇരുട്ട് ഞങ്ങൾക്ക് രണ്ടാൾക്കും മാത്രമായി പൂക്കാ

റുണ്ടായിരുന്നു. ജീവിക്കുന്നുവെന്ന് തോന്നാൻ സഹായിക്കുന്നത് രാത്രി മാത്രമാണെന്ന് സുദേശ് എന്നോട് എത്ര തവണ പറഞ്ഞിട്ടുണ്ടെന്നോ!? പകലുകളിൽ എന്നും വെറും ഒരു ആൾക്കൂട്ടമായി മാത്രമാണ് ജീവി ക്കാനാവുകയെന്ന് അവൻ പറയുമ്പോൾ ഞാൻ തിരുത്തും:

"അല്ല, ആ ആൾക്കൂട്ടത്തിന്റെ തിരക്കിലും നീയും ഞാനുമെല്ലാമു ണ്ട്. അങ്ങനെ കൂട്ടങ്ങളോട് പൊരുതി നേടുന്ന വ്യക്തിത്വങ്ങളാണ് നമുക്ക് ജീവിതം നൽകുന്നത്."

"കൂട്ടങ്ങളോട് പൊരുതുകയല്ല മധു നമ്മൾ, വെറുതെ ഒത്തുതീർപ്പു കൾ ചെയ്യുകയാണ്. അതിലൊരാളാവാൻവേണ്ടി വൈരുധ്യങ്ങളുമായി സമന്വയിക്കപ്പെടുന്നു. അല്ലെങ്കിൽ അങ്ങനെ നടിക്കുന്നു. സ്വയം വ്യക്തി ത്വം നശിപ്പിച്ചുകൊണ്ടുള്ള ജീവിതം. ജീവിതത്തോടുള്ള ഭ്രാന്തമായ സ്നേഹം നമ്മളെപ്പോലും ഇല്ലാതാക്കുന്നു. വെറും ജീവികൾ എന്ന നില യിൽ വ്യക്തിത്വം നശിച്ച്...."

സുദേശ് ജീവിതത്തിന്റെ ഒത്തുതീർപ്പുകളെയും ഭ്രാന്തമായി വെറു ത്തിരുന്നുവെന്ന് പറഞ്ഞേ തീരൂ. പക്ഷേ, വെറുതെ പ്രണയ നൈരാശ്യ മെന്ന് എന്നെ ചൂണ്ടി അവന്റെ, മരണത്തിനു കീഴടങ്ങാതെപോയ ജീവി തത്തെപ്പറ്റി പറയുമ്പോൾ അവനെ നിങ്ങൾ വല്ലാതെ തരംതാഴ്ത്തുന്നു വെന്ന് അനാമികയോടിപ്പോൾ ഞാൻ പറഞ്ഞു നിർത്തിയതേയുള്ളൂ. ഇത്ര പെട്ടെന്ന് മരണത്തിന് മുന്നിലേക്കെടുത്തുചാടാൻ അവനെ നിർബന്ധി ച്ചത് ഒരു പ്രണയ നൈരാശ്യമൊന്നുമല്ലെന്ന് എനിക്ക് മാത്രമേ അറിയൂ. കാരണമെന്തെന്നോ? സുദേശിനെ ശരിക്കും അറിയുന്നത് ഞാൻ മാത്രമാ ണ്. സുദേശ്ഘോഷ് എന്ന കവിക്കും യുവ വിപ്ലവകാരിക്കും അധ്യാപ കനുമൊക്കെയപ്പുറം അവൻ സുദുവായിരുന്നത് എനിക്ക് മാത്രമാണല്ലോ.

ഇപ്പോൾ കാറ്റിനുപോലും ഒരു വരൾച്ചയുടെ ശബ്ദമാണ്. മനസിന്റെ സ്വരങ്ങൾ പ്രകൃതിയെ ബാധിച്ചുവെന്ന് പറയാനാവില്ല. വസന്തത്തിന്റെ പൂക്കളെന്ന് സുദേശ് പറയാറുണ്ടായിരുന്നവയെല്ലാം വാടിക്കിടക്കുന്നു. എന്നിട്ടും എനിക്ക് പ്രതീക്ഷയുണ്ട്. എല്ലാറ്റിനുമൊടുവിൽ ഒരു രാത്രി യോടൊപ്പം, പങ്കജ് ഉധാസിന്റെ മധുരമായ ശബ്ദത്തിനൊപ്പം, ഞങ്ങ ളുടെ പൂവുകൾ സുഗന്ധം പൊഴിക്കും. അനാമികയുടെ ആ മദ്രാസി കൂട്ടുകാരൻ അവയുടെ സുഗന്ധവും സംഗീതവും കമ്പ്യൂട്ടറിലൂടെ തെക്കേ ഇന്ത്യയിലെ ഏതോ ഒരു കോണിലുള്ള അയാളുടെ ഓഫീസി ലേക്കയക്കും. ചുവന്ന സന്ധ്യയുടെ സ്വപ്നങ്ങളുമായി എന്റെ സുദു അപ്പോൾ ജനാലയ്ക്കു താഴെയുണ്ടാകും. ആൾക്കൂട്ടങ്ങളുമായി വേർപി രിഞ്ഞ്, രാത്രിയുമായി കഥകൾ പറഞ്ഞ്. എന്താണെന്നോ? ഒരിത്തിരി ജീവിതത്തിന്, സന്തോഷത്തിന്, എല്ലാവർക്കും അവകാശമുണ്ടല്ലോ. അ

ല്ലെങ്കിൽ അനാമിക പറയുംപോലെ ജീവിതം ഇത്രയൊക്കെയേ ഉള്ളൂ വെന്ന്, ഇങ്ങനെയൊക്കെയാണെന്ന് ലോകത്തെ നോക്കി കണ്ണടച്ച് വെറു തെയെങ്ങ് പറയാനാവില്ലല്ലോ.

എനിക്കറിയാം സുദുവിന്റെ ചിന്തകളിൽ ആ വസ്തു വായിലേക്കി ടുന്നതിനു മുമ്പ് എന്തായിരുന്നുവെന്ന്. ഞങ്ങൾ തമ്മിൽ കണക്കുകൾ പറഞ്ഞുതീർത്ത് വേർപിരിയുന്നതാദ്യമായല്ല. എന്നിട്ടും ഒടുവിൽ കാരാ ഗൃഹത്തിന്റെ ലക്ഷണമൊത്ത തന്റെ സ്കൂളിൽ പഠനത്തിന്റെ സിലബ സെന്ന ചങ്ങലയിൽനിന്ന് കുറേ കുട്ടികൾക്ക് സ്വാതന്ത്ര്യത്തിന്റെ സന്തോ ഷം നൽകിയശേഷം അവനീ ജനാലയ്ക്കു താഴെ നിരത്തിലെത്തും. എന്റെ ചെറിയ ടേപ്പ് റെക്കോർഡർ സംഗീതത്തിലൂടെ കുറേയേറെ സംസാരിച്ചു കഴിയുമ്പോൾ ഞങ്ങൾ രണ്ടാളും പിണക്കങ്ങളും വേർപി രിയലുകളും മറക്കും. ഇതൊക്കെ ഞങ്ങളുടെ സ്നേഹത്തിന്റെ പതിവു കളാണ്. സ്നേഹം ഏറ്റവുമധികം തെറ്റിദ്ധരിക്കപ്പെടുന്ന ഒന്നാണെന്ന് സുദേശ് തന്നെയാണു പറയാറുള്ളത്.

അവന്റെ രാഷ്ട്രീയ സഹചാരികളുടെ കൂട്ടത്തിൽ കേട്ടുമറക്കാതെ പോയ ഒരു പേരുമാത്രമാണന്റെ പട്ടികയിൽ. ഒരു ഭവേന്ദർ. അയാളുടെ സ്നേഹത്തെക്കുറിച്ച് സുദേശ് ഒരുപാട് സംസാരിച്ചിട്ടുണ്ടെന്നതുകൊണ്ടാ വാം, ആ പേർ ഓർമയിൽ ശേഷിച്ചു പോയത്. ബർധമാനിലെ ഒരൊ ഴിഞ്ഞ ഗ്രാമത്തിൽനിന്നും സ്നേഹങ്ങളെയെല്ലാം ത്യജിച്ച്, കുറേ ചുവന്ന സ്വപ്നങ്ങളും പേറി നഗരത്തിന്റെ ഓരത്തുള്ള 'കൊയ്റാപുകൂറി'ലേക്ക് ജീവിതം പറിച്ചുനട്ട മനുഷ്യൻ. ഇപ്പോഴും അയാൾ കുടുംബത്തെയും കാമുകിയെയുമെല്ലാം ഒത്തിരി സ്നേഹിക്കുന്നുവെന്ന് പറയുമ്പോൾ സുദേശ് ചിരിക്കാറുണ്ടായിരുന്നു. വിഡ്ഢിത്തത്തോട് സഹതാപം പുലർത്തി ഔദാര്യംപോലെ പുറത്തുവരുന്ന ഒരു ചെറിയ പുഞ്ചിരി. ലോകത്തോടുള്ള സ്നേഹത്തെ വ്യക്തിപരമായ ഇഷ്ടങ്ങളേക്കാൾ മുന്നിൽ കടത്തി നിർത്താനുള്ള അയാളുടെ കഴിവിനെ സുദേശ് അഭിന ന്ദിക്കാറുണ്ടായിരുന്നു. പക്ഷേ, അത്തരം ആശയങ്ങളോട് അവൻ ഒരി ക്കലും യോജിച്ചിരുന്നില്ലെന്നു മാത്രം.

"മധു, എനിക്ക് ഭവേന്ദറിനെ തീരെ മനസിലാവുന്നില്ല. ഒരു വ്യക്തി യോടുള്ള സ്നേഹത്തെ മനസിലൊളിപ്പിച്ചുവയ്ക്കാൻ മാത്രം കഴിയുന്ന വർ എങ്ങനെയാണു ലോകത്തോടു മുഴുവനും സ്നേഹം പ്രകടിപ്പി ക്കുക!?"

മറുപടി തേടിയല്ല അവൻ പലപ്പോഴും ചോദ്യങ്ങളുയർത്തുക. അതു കൊണ്ടുതന്നെ ഞാൻ നിശ്ശബ്ദതയിലൂടെ പ്രതികരിക്കുകയും ചെയ്യും. സ്നേഹത്തിന്റെ ഭാരം താങ്ങാനാവാതെ വന്നപ്പോഴുള്ള ഒരു പൊട്ടി

ത്തെറിയായിട്ടാണ് എനിക്ക് സുദേശിന്റെ മരണശ്രമത്തെ കാണാൻ കഴി
യുന്നത്. ചിതറിപ്പോയ താടിയെല്ലും മാംസക്കഷണങ്ങളും ചോരയും പത്ര
ത്തിന്റെ ആദ്യപേജിൽ കടുംനിറത്തിൽ അച്ചടിച്ചെത്തിയപ്പോൾ അതിൽ
ഒരു കഥാപാത്രംപോലെ കടന്നുകൂടിയ എന്റെ ജനാലയുമുണ്ടായിരുന്നു.
ഇളംനീല നിറത്തിലെ വാതിലുകൾ അടച്ചിട്ട ഒരു ജനാല. ഭൂമിയുടെ
ദൃഷ്ടികളെ അടച്ചുവയ്ക്കുന്ന ആകാശം പോലെ, സ്നേഹത്തിന്റെ അട
ഞ്ഞുപോയ വഴിപോലെ.

നാല്

മധുമാല തുടരുന്നു: (അസ്വസ്ഥതയുടെ തെർമോമീറ്റർ)

കഴിഞ്ഞ ദിവസങ്ങളിൽ എന്റെ മനസ്സ് അബോധത്തിന്റെ ക്രൂരത കളിലായിരുന്നു. മിനിഞ്ഞാന്ന് രാവിലെ പിണങ്ങിപ്പിരിയുമ്പോൾ തന്നെ എനിക്കറിയാമായിരുന്നു രാത്രിയിൽ അവനെത്തുമെന്ന്. അന്നത്തെ ദിവ സത്തിന് വല്ലാത്ത ചൂടായിരുന്നു. സ്നേഹത്തിനും ബോധത്തിനും മീതെ അബോധത്തിന്റെ ശൂന്യതയും താപവും കയ്യേറ്റം നടത്തിയ ഒരുദിവസം.

കോളേജ് സ്ട്രീറ്റിലെ മുഴുവൻ പകൽച്ചൂടും തലച്ചോറിലേറ്റിയാണ് ഞാൻ വീട്ടിലെത്തിയത്. അതിനും മുന്നേ കോഫി ഹൗസിന്റെ ഇരുണ്ട കുളിർമയിൽ അനാമികയ്ക്കും മോഹനുമൊപ്പം ഇരുന്നപ്പോൾ പോലും ഞാൻ വല്ലാതെ വിയർക്കുന്നുണ്ടായിരുന്നു. ഭൂമിശാസ്ത്രത്തിന്റെ വിശ ദീകരണങ്ങൾ വരകളിലൂടെ കടലാസിലേക്ക് പകരുമ്പോൾ കടലാസി നുപോലും ഉപ്പു കലർന്ന നനവുതട്ടി. മാസ്റ്റർ എനിക്കു മുമ്പിൽ നിർദേശ പുസ്തകം തുറന്നു. അത്യുഷ്ണപ്രദേശങ്ങളുടെ പ്രത്യേകതകളിലേക്ക് കടക്കുമ്പോൾ സൂര്യന്റെ മുഴുവൻ ചൂടുമേറ്റ് മനസ്സ് വിയർക്കുന്നുണ്ടായി രുന്നു. ഒപ്പം പകുതിബോധത്തിൽ തളർന്നു നിന്ന ശരീരവും. ഒന്നും മന സിലാകാതെ മാസ്റ്ററുടെ മുഖത്തേക്കു നോക്കിയപ്പോൾ എനിക്കനുഭവ പ്പെട്ടത് കത്തുന്ന എണ്ണക്കിണറുകളുടെ മരുഭൂമിയിൽ തിളയ്ക്കുന്ന സൂര്യന്റെ സാമീപ്യമാണ്. വടിവൊത്ത ഇംഗ്ലീഷ് ഉച്ചാരണങ്ങളെ വിട്ട് കിഴക്കൻ കുടിയേറ്റക്കാരന്റെ ശുദ്ധബംഗാളിയിൽ എന്തൊക്കെയോ പിറു പിറുത്ത് മാസ്റ്റർ മോഹന്റെ മേശയ്ക്കു മുന്നിലേക്ക് നീങ്ങിയതിനു ശേഷ മാണ് കട്ടിക്കടലാസിൽ വിയർപ്പുവീണ് പടർന്നുപോയ അടയാളങ്ങൾ ഞാൻ ശ്രദ്ധിക്കുന്നത്. അതിനും മുമ്പെ എന്റെ കൈയിൽനിന്നും ചുവന്ന സ്കെച്ച്പേന മേശപ്പുറത്തുകൂടി നിലത്തേക്കുരുണ്ടു കഴിഞ്ഞിരുന്നു.

അനു വാര്യർ

സെൻട്രലിൽ ഭൂമിക്കുള്ളിൽ തണുപ്പുനിറഞ്ഞ മെട്രോ റെയിൽവേ സ്റ്റേഷനിലും ഡംഡമിലേക്ക് ഭൂമിയുടെ ഗർത്തത്തേയും പിളർന്ന് കുതി ച്ചുപായുന്ന ട്രെയിനിൽ നൂറുകണക്കിനാളുകളുടെ ശ്വാസങ്ങളുടെ ചൂടിലും ഞാനൊരേ അവസ്ഥയിലായിരുന്നു. അല്ലെങ്കിൽ പുറംലോക ത്തിന്റെ ഊഷ്മവ്യതിയാനങ്ങളറിയുന്നതിനേക്കാളുമൊക്കെ ഉഷ്ണബാ ധിതമായിക്കഴിഞ്ഞിരുന്നു എന്റെ മനസ്സ്. തികച്ചും ഉണങ്ങിപ്പോകാതെ തിളയ്ക്കുന്ന ഭൂമിയിൽ ഒറ്റപ്പെട്ടുപോയ ഒരു മരത്തിനെപ്പോലെ അത് പിടഞ്ഞുകൊണ്ടിരുന്നു.

കത്തുന്ന ഒരഗ്നിപർവതത്തിൽനിന്നും മറ്റൊന്നിലേക്ക് എടുത്തുമാറ്റ പ്പെട്ടതുപോലെയേ ഇരുളുപടർന്നു തുടങ്ങിയ തെരുവിൽനിന്നും വീടിന്റെ ഇലക്ട്രിക് വെളിച്ചത്തിലേക്കു കടന്നു കയറിയപ്പോഴും എനിക്ക് തോന്നി യുള്ളൂ. ഉഷ്ണമെന്ന കാലാവസ്ഥ എന്നിൽ ചലനങ്ങളില്ലാതെ തളം കെട്ടി കിടക്കുകയായിരുന്നു. ഇരുകിയ വസ്ത്രങ്ങളുടെ കെട്ടുപാടുകളിൽനിന്നും മോചിപ്പിക്കപ്പെട്ട് ഷവറിലൂടെ തെറിച്ചു വീഴുന്ന ജലത്തിന്റെ നേർത്ത രേഖകളിൽ നിന്നപ്പോഴാണ് ദിവസത്തിലാദ്യമായി ശരീരത്തിന്റെ കാലാ വസ്ഥയിൽ മാറ്റംവന്നത്. എന്റെ ശരീരത്തിലെത്തി തകർന്നുവീഴുന്ന വെള്ളത്തുള്ളികളുടെ പ്രവാഹത്തിൽ അരമണിക്കൂറിലേറെ വിശ്രമിച്ചി ട്ടാണ് ഞാൻ കുളിമുറിയിൽനിന്നും പുറത്തിറങ്ങിയത്.

അടച്ചിട്ട മുറിയിൽ വസ്ത്രങ്ങളുടെ ഉഷ്ണദാനത്തിലേക്ക് മടങ്ങാൻ മടിയായിരുന്നു. പതിവിനപ്പുറം സംഗീതത്തിന്റെ നേർത്ത സ്വരൂപങ്ങൾ പോലും വിരസത സൃഷ്ടിച്ചുതുടങ്ങിയപ്പോൾ നിശ്ശബ്ദത എനിക്ക് പ്രിയ ങ്കരമായി. സ്ഥലകാല ബോധങ്ങളുടെ പ്രകാശത്തിൽനിന്നും മുറിയിൽ അബോധം സൃഷ്ടിക്കുന്ന ഇരുളിലേക്ക് ഒതുങ്ങിയപ്പോൾ ഞാൻ സുദേ ശിനെയും സുഗന്ധം പരത്തുന്ന ഞങ്ങളുടെ പുഷ്പങ്ങളെയും മറന്നു പോയി. ഞങ്ങൾ തമ്മിലെ പിണക്കത്തിനപ്പുറം ഞാനും പുറംലോകവു മായി കാലാവസ്ഥയുടെ ഒരു പൊരുത്തക്കേട് അന്നു മുഴുവനും നിലനി ന്നു. ആ പിണക്കത്തിനൊടുവിൽ ലഹരിപിടിച്ച മനസോടെ ഞാൻ ലോകത്തെ മുഴുവനും വെറുത്തു. അന്തരീക്ഷത്തിന്റെ പൊള്ളിക്കുന്ന ചൂടിൽ ഒരു തെർമോമീറ്ററായി എന്റെ മുറി പൊട്ടിത്തെറിച്ചേക്കുമോയെ ന്നുപോലും ഞാൻ ഭയന്നു. സ്വന്തം കിടപ്പുമുറിക്കും ഏകാന്തതയ്ക്കുമ പ്പുറം എന്റെ ലോകത്തിൽ ഒന്നുമില്ലാതായി. ഞാൻ ഏകാന്തതയുടെ സൗന്ദര്യത്തിൽ, നഗ്നതയുടെ സൗകര്യത്തിൽ സുദേശിനേയും സംഗീത ത്തേയും വിസ്മരിച്ച് ഒരു നരകിച്ച ദിവസത്തിന്റെ, അവസാനത്തിലേക്ക് കടന്നു.

ആ രാവിൽ അടച്ചിട്ട ജനാലയ്ക്കു താഴെ സുദേശ്ഘോഷ് എന്ന വിപ്ലവകാരിയായ കാമുകൻ ഏറെനേരം നിന്നിരിക്കണം. ഒടുവിൽ നിശ്ശ ബ്ദതയിൽ മനംകെട്ട് അയാൾ മടങ്ങിപ്പോയിട്ടുണ്ടാവണം. രാത്രിയായിട്ടും പുഷ്പങ്ങളും സംഗീതവുമൊന്നും മിഴിതുറക്കാതായപ്പോൾ തന്റെ വീട്ടിൽ നിന്നും കിലോമീറ്ററുകളുടെ അകലത്തിൽ തനിക്കായി കാത്തിരിക്കുന്ന

അനു വാര്യർ

വിലകുറഞ്ഞ വാടകമുറിയിലെ പരുപരുത്ത കിടക്കയിലേക്കു പ്രണയ ത്തിന്റെ അസ്വാസ്ഥ്യങ്ങൾ നിറഞ്ഞ രാവിനെ അയാൾ എങ്ങനെയോ തള്ളിയിട്ടിട്ടുണ്ടാവും. അപ്പോൾ ഞാൻ ഒരു ദിവസത്തിന്റെ മുഴുവൻ ശാപ ങ്ങളേയും മനസിലോർത്ത് കിനാവുകളിൽനിന്നും അവയെ തള്ളിമാറ്റാ നുള്ള ശ്രമവുമായി ഉറക്കത്തോട് മല്ലടിക്കുകയായിരുന്നു. എന്തുകൊണ്ടോ അതിലേറെയൊന്നും എന്റെ മനസിലുണ്ടായിരുന്നേയില്ല. സുദ്ദുവോ, രാവിന്റെ സൗന്ദര്യമോ ഞങ്ങളുടെ മാത്രം പുഷ്പങ്ങളുടെ സുഗന്ധമോ സംഗീതമോ ഒന്നും അവിടേക്ക് പ്രവേശിച്ചില്ല.

എന്റെ നഗ്നതയ്ക്ക് അടഞ്ഞുകിടന്ന ജനാലകളുടെ സംരക്ഷണം മാത്രമാണ് ആ രാത്രിയിൽ ഞാൻ കൊതിച്ചത്. ഒരു മുറിയിൽ മാത്ര മൊതുങ്ങുന്ന എന്റെ ലോകത്തിൽ, രാത്രിയുടെ ഉഷ്ണം പകർന്ന വി യർപ്പുതുള്ളികളാൽ മറയ്ക്കപ്പെട്ട, സുന്ദരമെന്നു പലപ്പോഴും ഞാൻ അഭിമാനിക്കാറുള്ള എന്റെ നഗ്നതയേക്കുറിച്ചു മാത്രം ഓർത്തുകിടന്ന ഞാനെപ്പോഴോ ഉറക്കത്തിലേക്കു വീണു. മറ്റു സത്യങ്ങളെയെല്ലാം ഞാൻ അതിനു മുമ്പുതന്നെ ആ രാത്രിയുടെ ജീവിതത്തിൽനിന്ന് ആട്ടിയകറ്റി യിരുന്നു. അങ്ങനെ ആട്ടിയോടിക്കപ്പെട്ട സത്യങ്ങളുടെ ജീവിതത്തിൽനി ന്നും ഏറ്റവും ലഘുവായ മരണമെന്ന് ആരോ വിശേഷിപ്പിച്ച ഉറക്കത്തി ലേക്ക് ഞാൻ കടന്നു കയറി. കഠിനോഷ്ണത്താൽ ശപിക്കപ്പെട്ട പക ലോ, സ്നേഹംപോലും മറന്നുപോയ രാത്രിയോ ഒന്നും എന്റെ കിനാ വുകളിലേക്ക് കടന്നുവന്നതേയില്ല. വഴിതെറ്റിപ്പോയ ഉഷ്ണത്തെ വെറു തെവിട്ട് ഭൂമിയുടെ ശീതളിമയിലേക്ക് ഞാൻ മറിഞ്ഞുവീണത് അതിനിട യ്ക്കെപ്പോഴോ ആവണം.

അഞ്ച്

അനാമിക ചക്രവർത്തി: (നിരീക്ഷണങ്ങൾ)

മധുമാലയുടെ പ്രശ്നങ്ങൾ ശരിയായി മനസിലാക്കാനാവുന്നു എന്നാണെന്റെ വിശ്വാസം. സുദേശ്ഘോഷ് തന്നെ വല്ലാതെ പിന്തുടരു ന്നുവെന്ന് പറഞ്ഞ് എനിക്കൊപ്പം വന്ന ഉണ്ണിയോട് ഞാൻ സംസാരിച്ച തുമുഴുവൻ അവളെക്കുറിച്ചാണ്. സ്നേഹങ്ങളുടെ വൈകാരിക പ്രശ്ന ങ്ങളിൽ പലപ്പോഴും പതറിവീഴുന്നവളാണവളെന്ന് ഞാൻ ഉണ്ണിയെ മന സിലാക്കാൻ ശ്രമിക്കുകയായിരുന്നു. അവനും എനിക്കുമിടയിൽ അതിർവ മ്പുകളിട്ട് ഭാഷ നിൽക്കുമ്പോൾ സംസാരിക്കുക എന്ന വാക്കിന് പല പ്പോഴും എങ്ങനെയെങ്കിലുമൊക്കെ ആശയങ്ങൾ കൈമാറ്റം ചെയ്യുക എന്ന അർഥം മാത്രമാകുന്നു. ഭാഷ തന്നെ ഒരുതരം ആശയസമ്പർക്ക മാണെന്ന തിരിച്ചറിവ് ബുദ്ധിയിലേക്ക് കടന്നുവരുന്നത് ഉണ്ണിക്കൊപ്പം ചിലവിടുന്ന ദിവസങ്ങളിലാണ്.

മധുമാലയും സുദേശും ഞങ്ങൾക്കിടയിലെ ഒരു ഭാഷയായി മാറി ക്കഴിഞ്ഞിരുന്നു, വളരെ കുറഞ്ഞ സമയംകൊണ്ട്. മൗഷുമിദാസും ആഷാ മുഖർജിയും ഗാർഗിയുമൊക്കെ എനിക്കുമുമ്പിൽ ഒരേ സ്വരങ്ങളുള്ള വിവി ധ രൂപങ്ങൾ മാത്രമാവുമ്പോൾ മധുമാല അതിലൊന്നുംപെടാതെപോകു ന്നത് എങ്ങനെയെന്ന് ഞാനവനോട് വിശദീകരിക്കുകയായിരുന്നു.

മനസിലാക്കലുകളുടെയും തിരിച്ചറിവുകളുടെയും പ്രകടനമാണ് സ്നേഹമെന്ന് അവൻ പറഞ്ഞപ്പോൾ ഞാൻ അതിനെ സുദേശിന്റെ മര ണാശ്രമവുമായി ബന്ധിപ്പിക്കാൻ ഇത്തിരി മിനക്കെട്ടു. ഉണ്ണിയുടെ വാക്കു കൾ ലക്ഷ്യം വച്ചത് എന്റെ ചിന്തകളെ തന്നെയായിരുന്നു. ഒടുവിൽ അവ യിലെ സത്യത്തെ മനസിലാക്കി ഞാൻ മധുമാലയെക്കുറിച്ച് പറഞ്ഞു

തുടങ്ങി. അവ വഴിതെളിക്കുന്നത് സുദേശിലേക്കുതന്നെയാവുമെന്ന് എനി
ക്കുറപ്പുണ്ട്. കാരണം, ഞങ്ങളുടെ മനസ്സ് വിശ്രമത്തിന്റെ ക്ഷീണമനുഭ
വിക്കുന്നത് പ്രഭാത ദിനപത്രത്തിലെ ചോര പടർന്ന ഒരു ചിത്രത്തിൽ
മാത്രമാണ്.

മിനിഞ്ഞാന്ന് മുഴുവൻ മധുമാല ഉഷ്ണത്തോട് യുദ്ധം ചെയ്യുകയാ
യിരുന്നു. മനസിന്റെ താപം തെർമോമീറ്ററുകൾക്ക് ഉൾക്കൊള്ളാനാവാ
ത്തതുകൊണ്ട് ഞങ്ങൾ അത് മനസിലാക്കിയത് അവളുടെ അസ്വസ്ഥ
തകളും വിയർപ്പിൽ കുതിർന്ന വസ്ത്രങ്ങളും വഴിയാണ്. പടക്കളത്തിലെ
ഭടന്റെ നിസ്സഹായാവസ്ഥ ഒരു പത്രവായനക്കാരനിലേക്ക് എത്ര നിസ്സാ
രമായാണ് കടന്നുചെല്ലുകയെന്നതുപോലെ മധുമാലയുടെ യുദ്ധത്തിന്റെ
തീക്ഷ്ണതയിൽ ഏറെയൊന്നും ഇറങ്ങിച്ചെല്ലാൻ വെറും കാണിക്കളായ
നമുക്കാവില്ല. നീണ്ട ഏറ്റുമുട്ടലിനൊടുവിൽ തളർന്ന് വീഴുമ്പോഴും
വിജയം സ്വപ്നംകാണുന്ന സാധാരണ പോരാളിയുടെ ആത്മവിശ്വാസ
വുമായാണ് മിനിഞ്ഞാന്ന് വൈകുന്നേരം അവൾ വീട്ടിലേക്ക് മടങ്ങിയത്.

ഒരു യുദ്ധത്തിന്റെ ക്രൂരതയിൽനിന്ന് ഒളിച്ചോടാൻ സ്വയം നിർബ
ന്ധിച്ച് അവൾ നടത്തിയ ശ്രമങ്ങൾക്കിടയിൽ മധുമാല എങ്ങനെയോ
സുദേശിനേയും അവർ രണ്ടാളുടേതുമായി നെയ്തുതുടങ്ങിയ കിനാവു
കളേയും മറന്നുപോയി. അവൾ വിജയിക്കാൻ ശ്രമിക്കുകയായിരുന്നുവോ
കീഴടങ്ങാതെ ഒളിച്ചോടാൻ ശ്രമിക്കുകയായിരിന്നുവോ എന്നത് എന്റെ
മാത്രം സംശയമാണ്. ജയമായാലും തോൽവിയായാലും യുദ്ധത്തിൽ
നിന്നുള്ള ഒളിച്ചോടൽ തന്നെയാണെന്ന് ഒരു കാഴ്ചക്കാരന്റെ ലാഘവബു
ദ്ധിയോടെ ഞാൻ ന്യായീകരിക്കാൻ ശ്രമിക്കാം. അതുകൊണ്ട് തീർച്ച
യായും മധുമാലയുടേത് ഒരുതരം രക്ഷപ്പെടൽ മാത്രമാണ്.

ആ രക്ഷപ്പെടലിന്റെ വ്യഗ്രതയിൽ പിറ്റേന്ന് രാവിലെ ഉണരുമ്പോൾ
അവളുടെ ശരീരത്തെ തണുപ്പ് ആവേശിച്ചു തുടങ്ങിയിരുന്നു. അതാവട്ടെ
ഒരു വിപരീത ഭാവത്തോടെയാണ് അവളുടെ ദിവസത്തെ ബാധിച്ചത്.
അതൊക്കെ ഞാനറിഞ്ഞത് എനിക്കൊപ്പമുള്ള അവളുടെ ഒരു ദിവസ
ത്തിൽ നിന്നായിരുന്നു. സുദേശ് മറ്റൊരു രക്ഷപ്പെടലിലേക്ക് ഊർന്നുക
യറാൻ ശ്രമിച്ച അതേ ദിവസത്തിന്റെ പകൽ.

മധുമാലയും സുദേശും ഒരു സാധാരണ വൃത്തത്തിനുള്ളിൽ ഒതു
ങ്ങുന്ന കമിതാക്കളല്ലെന്ന് പറഞ്ഞപ്പോൾ, ഉണ്ണി എന്നോടു ചോദിച്ചു: "അ
ന്നാ, വൃത്തങ്ങളുടെ വലുപ്പം നിർണയിക്കുന്ന ആ റേഡിയസുണ്ടല്ലോ,
അതിന്റെ അളവെത്രത്തോളമാകാം?"

"അതെനിക്കറിയില്ല. പക്ഷേ, മുമ്പ് നീ പറഞ്ഞ ആ തിരിച്ചറിവു
കളും മനസിലാക്കലുകളുമില്ലേ? അവയുടെ വ്യതിയാനങ്ങളിലൂടെയാണ്
അതിനെ അളക്കാനാവുക."

അതിനു മറുപടി പറയുമ്പോൾ അവൻ ശരിക്കും ചിന്തിക്കുകയാ

യിരുന്നു. അല്ലെങ്കിൽ പുറത്തേക്കു വരുന്ന സംസ്കരിക്കപ്പെടാത്ത ചിന്ത
കൾ മാത്രമായിരുന്നു അവന്റെ വാക്കുകൾ. ഒരു പുതിയ ഇഷ്ടികശാല
യിൽനിന്നും പരീക്ഷണാടിസ്ഥാനത്തിൽ നിർമാണം കഴിഞ്ഞ് പുറത്തെ
ത്തുന്ന പൂർണാകൃതിയെത്താത്ത ചുടുകട്ടകൾപോലെ. അവ പക്ഷേ,
മനസിലേക്കെറിയപ്പെട്ടപ്പോൾ ചിന്തയുടെ ചില മുറിവുകൾ ഉണ്ടാക്കുന്ന
തിൽ വിജയിച്ചു.

"അപ്പോൾ ഒരു വൃത്തത്തിന്റെ റേഡിയസ്പോലെ മനസിലാക്കലു
കൾ വ്യത്യസ്തമാകുന്നു. പക്ഷേ, രണ്ടു വ്യക്തികൾ ചേർന്നു വരയ്
ക്കുന്ന വൃത്തത്തിന് കോമ്പസിൽ രണ്ടളവുകൾ വച്ചാൽ ഒന്നിന് അപര
ന്റേതിനെക്കാൾ ചെറുതോ വലുതോ ആകാതെ വയ്യല്ലോ. ഞാൻ നിന്നെ
അറിയുന്നിടത്തോളം നീ എന്നെ അറിയണമെന്നില്ലയെന്നല്ലേ അതിന്റെ
അർഥം?"

"അതെ, പക്ഷേ വ്യത്യാസം അറിയാനും എന്റെ വൃത്തം നിന്റേ
തിനെ മറിക്കടക്കേണ്ടതില്ലെന്നും ഞാൻ തീരുമാനിക്കുന്നിടത്ത് പ്രശ്നം
തീർന്നില്ലേ?"

"അതെങ്ങനെയാവും? ഒരേ കടലാസിൽ ഒരേ വൃത്തം വരയ്ക്കാൻ
രണ്ടാൾക്ക് കഴിയുമോ? അഥവാ കഴിഞ്ഞാൽത്തന്നെ ചില്ലറ വ്യതിയാന
ങ്ങൾ ഉൾക്കൊള്ളാനുള്ള മനസുണ്ടാവുകയയല്ലേ ബുദ്ധി?"

"ബന്ധങ്ങളിൽ ബുദ്ധിയല്ലല്ലോ ഉണ്ണീ, മുന്നിട്ട് നിൽക്കുന്നതും
നിൽക്കേണ്ടതും."

"അന്നാ, നീ പറയുന്നത് റേഡിയസിന്റെ നീളം എത്ര വലുതായാ
ലും രണ്ടുപേരും വരയ്ക്കുന്ന വൃത്തം ഒന്നുതന്നെയാവണമെന്നാണ്.
പക്ഷേ, ഞാനയയ്ക്കുന്ന വാർത്തകൾ അവയുടെ റേഡിയസിനെ പരി
ഗണിക്കാതെ നാട്ടിലെ ഒരു എഡിറ്റർ വ്യത്യാസപ്പെടുത്തുമ്പോഴും
ഞങ്ങളുടെ വൃത്തങ്ങൾ ഒന്നുതന്നെയാവുന്നല്ലോ. അപ്പോൾ റേഡിയസ്
എന്നത് ഒരനാവശ്യ ചിന്ത മാത്രമല്ലേ?"

അവന്റെ താരതമ്യപ്പെടുത്തൽ പിടിച്ചുനിൽക്കാനുള്ള ഒരു ബുദ്ധി
മാത്രമാണെന്ന് ഞാൻ തിരിച്ചറിഞ്ഞു. എങ്കിലും പ്രതികരിച്ചതിങ്ങനെ
യാണ്: "അത് തൊഴിലിലെ, നിലനിൽപ്പിനുള്ള നിന്റെ ബുദ്ധി പ്രകടനം
മാത്രം." അവനൊന്നും പറഞ്ഞില്ല. അവിടെയും ഒരു രക്ഷപ്പെടലിന്റെ
ഗന്ധം ഞാനറിഞ്ഞു. എന്നിട്ടും ഞാൻ മധുമാലയും സുദേശുമെന്ന
ചെറിയ വൃത്തത്തിലേക്ക് എന്റേതായ റേഡിയസോടെ മടങ്ങുകയാണു
ചെയ്തത്.

തത്വപരമായി എന്തൊക്കെപ്പറഞ്ഞാലും വൃത്തം എന്നത് ഒരു
വെറും ശൂന്യതയാണ്. മനസിലാക്കലുകളോ തിരിച്ചറിവുകളോ എന്താ
യാലും റേഡിയസിനാണ് പ്രാധാന്യം. ഒരു റേഡിയസ് വരയ്ക്കുമ്പോൾ
നമ്മൾ ഒന്ന് എന്ന സംഖ്യയാണ് വരച്ചെടുക്കുക. പക്ഷേ, ഇങ്ങനെ ഒരു

പാട് ഒന്നുകൾ ചേർന്ന് ഒരു പൂജ്യം സൃഷ്ടിക്കുന്നു എന്നതാണ് ശരിക്കും ബന്ധങ്ങളുടെ വിശദീകരണം.

സുദേശിനും മധുമാലയ്ക്കും ഇടയിൽ സംഭവിച്ചതു മനസിലാക്ക ലുകളുടെ പ്രകടനം എന്ന റേഡിയസിലെ വ്യതിയാനം തന്നെയാണ്. അവളിപ്പോഴും സുദേശ് അതു ചെയ്തത് തന്റെ സ്നേഹപ്രകടനത്തി ന്റെ കുറവുകൊണ്ടാണെന്ന്, അഥവാ ശരിയായ കുറ്റക്കാരി താൻ തന്നെ യാണെന്നു സമ്മതിക്കാത്തതിന് കാരണവും ഇതുതന്നെ. സ്വന്തമായി വരച്ചുവച്ച വൃത്തത്തിനുള്ളിൽനിന്ന് മറ്റുള്ളവരുടെ വൃത്തങ്ങളെ കാണാ തിരിക്കാൻ ശ്രമിക്കുകയാണ് അവൾ.

സുദേശ് മധുമാലയെ മനസിലാക്കിയിട്ടുണ്ടെന്നായിരുന്നു എന്റെ തോന്നൽ. രണ്ടുദിവസങ്ങൾകൊണ്ട് അവർക്കിടയിൽ തീർക്കപ്പെട്ടുപോയ അപരിചിതത്വത്തിന്റെ മറയെ തീരെ മനസിലാക്കാൻ അയാൾക്കു കഴി ഞ്ഞില്ല. യുദ്ധത്തിൽ പരാജയപ്പെടാൻപോലുമാകാതെ രക്ഷപ്പെടലിന്റെ എല്ലാ വഴികളുമടച്ച് ശിരച്ഛേദത്തിലേക്ക് ചെന്നു വീഴുകയായിരുന്നു സു ദേശ്. എല്ലാം വളരെ പെട്ടെന്ന് അവസാനിച്ചെന്ന തോന്നൽ. അതിലാ വണം അയാൾ വീണുപോയത്.

ക്ഷമയില്ലാതാവലും പെട്ടെന്ന് പ്രതികരിക്കലുമെല്ലാം ബന്ധങ്ങളിൽ സാധാരണം തന്നെ. എങ്കിലും ഇവിടെ ഒരസാധാരണത്വം ശ്വസിച്ചെടു ക്കാൻ എനിക്കാവുന്നുണ്ട്. ഫോസിലുകളിലെ പഴമയുടെ ഗന്ധം. ചീഞ്ഞു നാറിയ അവശിഷ്ടങ്ങൾ ഉണങ്ങി മണ്ണായശേഷം പെട്ടെന്നൊരു മഴ അതി നെത്തേടിയെത്തുമ്പോൾ പുറത്തുവരുന്ന ഒരു ഗന്ധം. ഇവ രണ്ടും സുഗ ന്ധമോ ദുർഗന്ധമോ അല്ല. ഇവയ്ക്കു രണ്ടും ഇടയിലെവിടെയോ നിൽ ക്കുന്ന, പതിവുകളില്ലാതെ പോവുന്ന ഒരു ഗന്ധം. അതുപോലെ അസാ ധാരണമായി ശ്വാസകോശത്തിലേക്ക് തള്ളിക്കയറുന്ന ഈ ഗന്ധത്തിൽ ഒടുവിൽ ഇടകലർന്ന ചോരയുടെ മണത്തെ എനിക്കു ന്യായീകരിക്കാ നാവുന്നില്ല. കാരണം, സുദേശ്ഘോഷ് ഇപ്പോഴേ മരിക്കേണ്ടവനല്ല. എന്നിട്ടും അയാളുടെ വിധിപുസ്തകത്തിൽ ബാക്കിനിർത്തിയ ജീവിത ത്തിനും ഇനിമുതൽ മരണത്തിന്റെ രുചി മാത്രമാവുന്നു.

ഇപ്പോൾ ഞാൻ മധുമാലയോട് സ്നേഹത്തിന്റെ കുറേ വാക്കുകൾ പകർന്നിട്ടു വരികയാണ്. ഉണ്ണിയാണെങ്കിൽ സുദേശിന്റെ മനസിനെ പിന്തുടരാനുള്ള ശ്രമത്തിലും. മധുമാലയിൽനിന്നും ഞാൻ തെന്നിമാറി ഉണ്ണിയിലൂടെ സുദേശിന്റെ മനസിലേക്ക് സഞ്ചരിക്കുന്നു. അയാളുടെ ആത്മഹത്യാശ്രമത്തെ റേഡിയസുകളുടെ പൊരുത്തക്കേടെന്ന് ഞാനും വൃത്തങ്ങൾ സൃഷ്ടിച്ച ശൂന്യതയെന്ന് ഉണ്ണിയും പറഞ്ഞുതീർത്തു. സ്നേഹത്തിന്റെ ഭാരം താങ്ങാനാവാതെ വന്ന പൊട്ടിത്തെറിയെന്നാണ് മധുമാല കണ്ണീരിന്റെ നനവു കലർന്ന ചുണ്ടുകൾകൊണ്ട് പിറുപിറുത്ത ത്. ഇവയെല്ലാം ഒരേ ബിന്ദുവിലാണെത്തിനിൽക്കുന്നതെന്ന് തോന്നുന്നു. പൊരുത്തക്കേടുകളുടെ ഒരു ചെറിയ ചോദ്യചിഹ്നത്തിൽ.

എന്താണ് സംഭവിച്ചതെന്ന്, ഈ ചോദ്യചിഹ്നത്തിലൂടെ യാഥാർഥ്യ ത്തിന്റെ തിരിച്ചറിവുകളിലേക്കു കടന്നുകയറാൻ ശ്രമിക്കവേ ഞങ്ങൾ മ റ്റൊരറിവിലേക്കെത്തുന്നു. മഹാനഗരത്തിലെ ഒരു പ്രവൃത്തിദിവസത്തിലെ സായാഹ്നത്തിന്റെ വന്യമായ തിരക്കുകളുടെ തെരുവിൽ നിൽക്കുന്ന ഞങ്ങൾക്കു മുന്നിൽ സുദേശ് പ്രവേശിക്കപ്പെട്ടിരിക്കുന്ന ആശുപത്രിയാ ണ്. ഇവിടെ ഇനിയെന്തെന്നുള്ള ചോദ്യം ഒരു നോട്ടത്തിലൂടെ ഉണ്ണി എ ന്നോടു ചോദിക്കുന്നു. എന്റെ മറുപടി പറഞ്ഞതും കണ്ണുകളാണ്. റേഡിയസുകളുടെയും വൃത്തങ്ങളുടെയുമെല്ലാം അളവുകളെ നിരാക രിക്കുന്ന ഒരു നോട്ടത്തിലൂടെ.

ആറ്

ഭവേന്ദർ റായ്:
(സ്വയം വിമർശനം കുറേ പഠനങ്ങളും അനുഭവങ്ങളും)

ഇന്നലെ ഉച്ചയ്ക്ക് മുന്നേ എന്റെ മുന്നിൽ വന്നുവീണ പത്രത്തിൽ ചെറിയ ഒരു വാർത്തയുണ്ടാവുമെന്നു ഞാൻ കരുതി. വടക്കൻ കൽക്ക ത്തയിലെവിടെയോ ബോംബ് പൊട്ടി മരിച്ച സാമൂഹ്യവിരുദ്ധനായ ഒരു രാഷ്ട്രീയക്കാരനെക്കുറിച്ചുള്ള ചെറിയ വാർത്ത. അയാളുടെ അപദാന ങ്ങളും കുടുംബ വിവരണവും മറ്റെന്നത്തേയുംപോലെ ജനങ്ങൾക്കു മറ വിയിലേക്ക് തള്ളിവിടാൻവേണ്ടി കുഴച്ചുണ്ടാക്കുന്ന വാർത്തകൾക്കിടയി ലുണ്ടാവുമെന്നു പ്രതീക്ഷിച്ചു. പത്രം തുറന്നതും മുൻപുറത്തു തന്നെ ഞാൻ കണ്ടത് രക്തമൊഴുകി മുഖമില്ലാതെ കിടക്കുന്ന ഒരു ശരീരമാണ്. വളഞ്ഞു പുളഞ്ഞ ബംഗാളി അക്ഷരങ്ങളിലൂടെ ഞാൻ വായിച്ചെടുത്ത് സുദേശ്ഘോഷ് എന്ന അധ്യാപകന്റെ സ്വയംഹത്യയുടെ വിവരണങ്ങ ളാണ്. ഞെട്ടാതിരിക്കാനായില്ല – കാരണം, ഇതിലേറെ അപ്രതീക്ഷിത മായി എന്തെങ്കിലും എനിക്ക് മുന്നിലേക്ക് കടന്നുവന്നിട്ടുണ്ടെങ്കിൽ അ ത്തെന്റെ ജീവിതം മാത്രമാണ്. ആ സംഭവത്തിനു പിന്നിൽ കുറ്റബോധം തോന്നേണ്ട ഏക വ്യക്തി ഞാനാവും. ഒരുപക്ഷേ, ഒരിക്കലും കണ്ടിട്ടേ യില്ലാത്ത മധുമാലദാസ് എന്ന പെൺകുട്ടിയേക്കാൾ ദുഃഖവും. ഇതിന് കാരണക്കാരൻ ഞാനാണ്. അയാളുടെ ചങ്ങാതിയെന്ന് അഭിമാനത്തോടെ പറഞ്ഞിരുന്നിട്ടും എനിക്കയാളെ മനസിലാക്കാനായില്ലെങ്കിൽ ആ കുറ്റം എന്റേതുതന്നെയല്ലേ?

ഘോഷ് കഴിഞ്ഞ ദിവസം ബോംബുമായി കൊയ്റാപുകുറിൽനിന്ന് മടങ്ങുമ്പോഴും അയാളുടെ ചുണ്ടിൽ ഒരു ചിരിപോലുമുണ്ടായിരുന്നില്ല.

ബർധമാനിലെ ഗ്രാമത്തിൽ വേനൽക്കാലത്തെ കൊടുംചൂടിൽ വിണ്ടു കീറുന്ന നെൽവയലിന്റെ മുഖമായിരുന്നു അയാളുടേത്. വിളകളും കള യും ചെളിവെള്ളവും ഒന്നുമില്ലാത്ത ഭൂമിപോലെ, ചിരിയെന്നല്ല, എല്ലാ ഭാവങ്ങളും അന്യംനിന്ന മുഖം.

പതിവിനപ്പുറം, പോകാനിറങ്ങിയപ്പോൾ അയാൾ എന്റെ തോളിൽ കൈവെച്ചു. എങ്കിലും ശൂന്യതയിലധികം ആ മുഖത്ത് ഒന്നുമുണ്ടായിരു ന്നില്ലെന്ന് ഞാനിപ്പോഴോർക്കുന്നു. യുഗങ്ങളുടെ തണുപ്പു മുഴുവൻ ഉൾ ക്കൊണ്ട ഹസ്തങ്ങൾ തോളിലമരുമ്പോൾ അയാളുടെ മനസിനെയാണ് ഞാനറിഞ്ഞത്. എന്തോ അവയ്ക്കൊന്നും ഒളിച്ചുവയ്ക്കാനാവില്ലെന്ന് തിരിച്ചറിഞ്ഞപ്പോൾ എനിക്കാ തണുപ്പിനെ വിശ്വസിക്കാൻ തോന്നി. സുദേ ശ്ഘോഷിന്റെ വിജയങ്ങളേയും.

എപ്പോഴോ 'പോകുന്നു' എന്ന് ഒറ്റവാക്കിൽ ഒരുപാട് കാര്യങ്ങളും പറഞ്ഞ് അയാൾ മടങ്ങി. വാക്കുകളുടെ അർത്ഥവ്യാപ്തി പലപ്പോഴും പ്രയോഗതലത്തിൽ നമ്മിലേക്കു പ്രവേശിക്കാറില്ലല്ലോ. ഞാൻ മണ്ടൻ. അറിഞ്ഞതേയില്ല. അവന്റെ പിരിഞ്ഞു പോകൽ ഇത്തരം ഒരു വിഡ്ഢിത്ത ത്തിലേക്കാവുമെന്ന്.

കൊലകളുടെയും വേട്ടയാടലുകളുടെയും ചരിത്രത്തിന് മുമ്പ് ആത്മ നിരാസങ്ങളുടെ കാലത്ത് ഉത്തമമായി എടുത്തുകാട്ടിയിരുന്നതു സ്വയം ഹത്യയെയാണെന്ന് കാമ്യുവിന്റെ ഏതോ പുസ്തകത്തിൽ വായിച്ചിരു ന്നതോർക്കുന്നു. ദൈവവും താനുൾപ്പെടെയുള്ള ലോകവും ചതി മാത്രമാ വുമ്പോൾ മരണം മാത്രം ചോദ്യമായും ഉത്തരമായും തെരഞ്ഞെടുക്കാനു ള്ള മനുഷ്യന്റെ കാലം പഴയതാണെന്നാണ് കാമ്യു പറഞ്ഞത്. പക്ഷേ ഇവിടെ സുദേശ് ഒരു മടങ്ങിപ്പോക്കിലായിരുന്നു. വഞ്ചകർക്കെതിരെ ആ യുധങ്ങളുടെ മുഴക്കമുയർത്തിയിട്ട്. ഇത് ഒരുപക്ഷേ, വെറും നിരാകരണ ത്തിന്റെ പ്രവൃത്തി മാത്രമാവാം; സ്വയം തള്ളിപ്പറയുന്നതിന്റെ.

പക്ഷേ, ഇത്തരം നീതീകരണങ്ങളൊന്നും എനിക്കീ സ്വയംഹനി ക്കലിന്റെ സന്തോഷം, അല്ല, സാംഗത്യം ഇനിയും മനസിലാക്കിത്തരു ന്നില്ല. അന്യനാൽ വധിക്കപ്പെടുന്നവന്റെ മുഖത്ത് കാണുന്ന വേട്ടയാട പ്പെടുന്നവന്റെ ഭീതി, ദുഃഖം, ഇതൊന്നും ആത്മഹത്യചെയ്യുന്ന ഒരുവ നിൽ കാണുന്നേയില്ല. മറിച്ച് എന്തോ ഒന്ന് നേടിയെടുക്കുന്ന നിർവൃതി യാവും അവിടെ. ആത്മഹത്യചെയ്യുന്നവരുടെ മുഖം ഒട്ടുമിക്കവാറും ജയി ക്കുന്നവരുടേതാണ്. 'നിങ്ങളെല്ലാവരും തോറ്റിരിക്കുന്നു' എന്നൊരു പ്രഖ്യാ പനത്തിന്റെ സുഖമനുഭവിച്ചാണെന്നുതോന്നും അവർ മരിക്കുന്നത്.

കിഴക്കൻ ബംഗാളിന്റെ അതിർത്തിക്കടുത്ത് കല്യാണിയിലെ ഒരു ചൗധരിയെ എനിക്കോർമയുണ്ട്. ക്രൂരതയുടെ പര്യായമായ ഒരു മനു ഷ്യൻ. ഹിന്ദിയിലെ പഴയ വ്യവസായ സിനിമകളിലൊട്ടുമിക്കതിലും അമരീഷ്പുരി വേഷമിടുന്ന ഒരു കഥാപാത്രം കല്യാണിയിലെത്തി ജീവി ക്കുന്നുവെന്ന് ഒരു സാധാരണ പ്രേക്ഷകന് തോന്നുന്നവിധത്തിൽ കൊള്ള രുതായ്മകളൊന്നും മാറ്റിവയ്ക്കാത്ത ഒരു മനസായിരുന്നു അയാളുടേത്.

കൊള്ളപ്പലിശയ്ക്ക് പണം കടംകൊടുത്ത് ഗ്രാമീണരെ ഇഞ്ചിഞ്ചായി വിഴുങ്ങുകയായിരുന്നു ചൗധരി. തങ്ങൾ ഭക്ഷിക്കപ്പെടുകയാണെന്ന് ഗ്രാമീണരറിഞ്ഞത് ഏറെ വൈകിയാണ്. രക്ഷപ്പെടലിന്റെ സാധ്യതകളെല്ലാം അടച്ചുപൂട്ടിയിട്ട മാർഗങ്ങളിലേക്ക് മാത്രം വിരൽചൂണ്ടുന്ന സന്ദർഭമെത്തിയപ്പോൾ ഞങ്ങളിലാരോ ഉന്മൂലനമെന്ന സിദ്ധാന്തത്തിന്റെ അപൂർണമായൊരു രേഖ അവർക്കു മുന്നിൽ വരച്ചിട്ടു. അനന്തതകളിലേക്ക് നീണ്ടേക്കാവുന്ന അതിന്റെ വശങ്ങളിൽ ഞങ്ങൾ കണ്ടെടുത്തത് വെറുതേ കൊല്ലാനുള്ള മോഹമല്ല. എന്തിനാണയാൾ കൊല്ലപ്പെട്ടതെന്ന് ലോകത്തെ മുഴുവൻ അറിയിക്കാനുള്ള ത്വരയാണ്.

പക്ഷേ അയാൾ ഞങ്ങളെ, സംഘാംഗങ്ങളെയും ഗ്രാമീണരെയും എല്ലാം, ഒരുദിവസം പരാജയപ്പെടുത്തിക്കളഞ്ഞു. പദ്ധതിക്കായി ഞങ്ങൾ കണ്ടുവച്ച രാത്രിക്കു മുമ്പേ അയാൾ വിവരമറിഞ്ഞു. ജീവിതം മുഴുവൻ ചതിയാക്കി നേടിയ സ്വത്തിന് ഒരു അവകാശിയെപ്പോലും ബാക്കിവയ്ക്കാതെ അയാൾ കുടുംബത്തിലെല്ലാവർക്കും വിഷം നൽകി. വേലക്കാർക്കുപോലും. എന്നിട്ട് പുറത്തിറങ്ങി വീടിന് തീവച്ചു. പൊളിയാറായ ക്ഷേത്രത്തിനടുത്ത് അയാളുടെ മൃതദേഹം കണ്ടെടുക്കുമ്പോൾ ആ മുഖത്ത് മരണം ഭയന്ന് അതിനെത്തന്നെ ഏറ്റെടുത്തവന്റെ നിസ്സഹായതയായിരുന്നില്ല. എല്ലാവരേയും തോൽപ്പിച്ച് വിജയമടയാൻ കഴിഞ്ഞ ഒരുവന്റെ സംതൃപ്തിയായിരുന്നു. സ്വയംഹനിക്കലുകളുടെ ആവർത്തനങ്ങളിൽ എവിടെയൊക്കെയോ വീണ്ടും കാണേണ്ടി വന്ന ആ വിജയഭാവത്തിന്റെ പൊരുൾ എനിക്കിനിയും എത്തിപ്പിടിക്കാനായിട്ടില്ല.

ഒരുപക്ഷേ, ആ ബോധോദയം വിജയിക്കുന്നവർക്കു മാത്രം അവകാശപ്പെട്ടതാവും–മറ്റാർക്കും പകർന്നു കൊടുക്കാൻ ഒന്നും മനസില്‍ അവശേഷിപ്പിക്കാതെ യാത്ര പോകുന്നവർക്ക്. എങ്കിൽ പകുതിയെത്തി മടങ്ങിയവരുടെ ബോധത്തിലും ഈ വിജയത്തിന്റെ തിരിച്ചറിവുകളുണ്ടായേക്കും, സുദേശിനും.

ഇവിടെ മധുമാലയുടെ പ്രവൃത്തികളിൽ എനിക്ക് കാണാനാവുന്നത് വെറും യാദൃച്ഛികതയാണ്. ആർക്കും അഭിമുഖീകരിക്കേണ്ടിവരുന്ന, തികച്ചും സാധാരണമായ യാദൃച്ഛികത. ജീവിതത്തിലെ തികച്ചും ഭൗതികമായ ഒരു ചലനം. ഒരു ചലനത്തെ അറിയാനാവാതെ പോയതാണെന്ന് തോന്നുന്നു സുദേശിന്റെ പ്രശ്നം. താൻ തോൽക്കുകയാണ് എന്ന തോന്നലിനടിപ്പെട്ട ഘോഷ് ജയിക്കാൻ ശ്രമിക്കുകയായിരുന്നു. ആപൽക്കരമായ ഒരു ജയത്തിലേക്കുള്ള വഴിയിൽ അയാൾ വീണുപോയല്ലോ എന്ന് സമാധാനിക്കുക. അയാൾ ജയിച്ചിരുന്നെങ്കിൽ മധുമാലയെ തോൽപ്പിക്കാൻ അയാൾ ഉദ്ദേശിച്ചിരുന്നോ എന്ന് ഒന്നന്വേഷിക്കാൻ ആരുമുണ്ടാവില്ലായിരുന്നു.

മുറിയിലേക്ക് കടന്നുവന്ന നഴ്സ് വെള്ള വസ്ത്രങ്ങളിൽ ഏറെ സുന്ദരിയായിരുന്നു. ഉറങ്ങുന്ന ഘോഷിനെ ഒന്നു നോക്കിയ ശേഷം ബംഗാളി ഭാഷയുടെ സകല സൗന്ദര്യവും വെളിവാക്കുന്ന ശുദ്ധമായ സ്വരത്തിൽ

അവർ എന്നോടു സംസാരിച്ചു.

"രണ്ടുപേർ ഇദ്ദേഹത്തെ കാണാനെത്തിയിട്ടുണ്ട്. കടത്തിവിടാമോ?"

വരുന്നവരാരെന്നറിയില്ലെങ്കിലും ഞാൻ തലയാട്ടി. ഒരു കാവൽക്കാ രനായി ഘോഷിനെ കാത്ത് ഇരിക്കുകയാണല്ലോ ഞാനിവിടെയെ ന്നോർത്ത് എന്റെ മുഖത്ത് ഒരു പുഞ്ചിരി കടന്നു വന്നു. തൊപ്പിയും ലാത്തിയും തോളിൽ തൂക്കിയ, വിസിലുള്ള ഒരു കാവൽക്കാരന്റെ രൂപ ത്തിൽ സ്വയം സങ്കൽപ്പിച്ചുകൊണ്ടിരിക്കുമ്പോൾ ആ ചിരി എന്റെ ചുണ്ടു കളിൽനിന്ന് പുറത്തു വന്നില്ല.

സുദേശിന്റെ സൗഹൃദങ്ങളിൽ ഒട്ടുമിക്കതും എനിക്കപരിചിതങ്ങ ളാണ് എന്നോർത്താവണം ഞാനത് ചെയ്തത്. അപൂർവംപേർ പരിചയ ങ്ങളിൽ വന്നതാവട്ടെ ഘോഷിന്റെ വാക്കുകളിൽകൂടിയും. മുറിക്കുള്ളി ലേക്ക് അത്ര സുന്ദരിയൊന്നുമല്ലാത്ത ഒരു പെൺകുട്ടിയും ഉയരം കൂടിയ ഒരാളുംകൂടി കടന്ന് വന്നപ്പോൾ ചിരിക്കണോ വേണ്ടയോ എന്ന് ഒരു നിമിഷം ഞാൻ സംശയിച്ചു. തീരുമാനത്തിലെത്തുന്നതിന് മുമ്പ് തന്നെ രണ്ടാളും ചേർന്ന് നൽകിയ സൗഹൃദത്തിന്റെ പിശുക്കിയ പുഞ്ചിരി മട ക്കിനൽകാൻ ഞാൻ മടികാട്ടിയില്ല. ഇവർ മധുമാലയല്ലെന്നെനിക്കുറപ്പാ ണ്. ഇത്രയ്ക്കും അലക്ഷ്യഭാവം മധുമാലയ്ക്കുണ്ടാവില്ല. പിന്നെ? അയാ ളുടെ കണ്ണുകളിൽ സഹതാപത്തിനുപകരം എന്തിലേക്കോ ചുഴിഞ്ഞിറ ങ്ങുന്ന ഭാവമായിരുന്നു, ഒരു ഓപ്പറേഷൻ തീയേറ്ററിലെ ഡോക്ടറുടെ ഭാവം.

"ഭവേന്ദർ...?"

പെൺകുട്ടി ആ ചോദ്യം ചോദിച്ചത് തികഞ്ഞ വിശ്വാസം തുടിക്കുന്ന സ്വരത്തിലാണ്. അതിനു തല ചലിപ്പിച്ച് അതെയെന്നു മറുപടി പറയു മ്പോഴും ഞാൻ അപരിചിതത്വത്തിന്റെ കൂട്ടിൽനിന്നു പുറത്തു കടക്കാൻ ബദ്ധപ്പെടുകയായിരുന്നു.

"ഞാൻ അനാമിക ചക്രവർത്തി, മധുമാലയുടെ കൂട്ടുകാരി." അവൾ സംസാരിച്ചത് സ്ഫുടമായ ഇംഗ്ലീഷിലാണ്. ഒരു സ്കൂൾകുട്ടിയുടെ അല ക്ഷ്യഭാവം തൂങ്ങുന്ന അവളുടെ മുഖത്തിന് ചിട്ടയുള്ള ഇംഗ്ലീഷ് സംസാരം ഒരു പൊരുത്തക്കേടാണെന്ന് എനിക്കു തോന്നി. ഒരു വിദ്യാർത്ഥിയുടെ ചുരുണ്ട ആൺമുടികളും കർക്കശമായ കണ്ണുകളും. സുദേശിന്റെ വാക്കു കളിൽ വല്ലപ്പോഴുമൊക്കെ കടന്നുവരാറുള്ള അനാമികയ്ക്ക് ഇങ്ങനെ യൊരു മുഖമായിരുന്നില്ല ഞാൻ കൊടുത്തത്.

"ഞാൻ ഉണ്ണി." അയാളെപ്പോലെ തന്നെ ആ പേരും എനിക്ക് അപ രിചിതമായിരുന്നു. എങ്കിലും അനാമികയുടെ പരിചയം കാട്ടൽ അയാളെ അകറ്റി നിർത്താൻ എന്നെ അനുവദിച്ചില്ല.

"ഇപ്പോൾ..."

നിശ്ചലനായി കട്ടിലിൽ കിടക്കുന്ന സുദേശിന്റെ നേർക്ക് മുഖം ചലി പ്പിച്ച് ഉണ്ണി എന്ന് സ്വയം പരിചയപ്പെടുത്തിയയാൾ ചോദിച്ചു. അയാളുടെ ഇംഗ്ലീഷിന് ഒരന്യഭാഷയുടെയും കടന്നുകയറ്റമുണ്ടാവില്ലെന്ന് എനിക്ക്

തോന്നി.

"രക്ഷപ്പെട്ടു. പക്ഷേ, മുഖത്തിന്റെ കാര്യം..."

പഞ്ഞിയും ബാൻഡേജും വരിഞ്ഞുമുറുക്കിയ ഘോഷിന്റെ തല ഒരു വെള്ളത്താമരപ്പൂപോലെയുണ്ടായിരുന്നു. മുകളിലേക്ക് കിളിർത്തിറങ്ങിയ കുറേ വേരുകൾപോലെ പ്ലാസ്റ്റിക് ട്യൂബുകളും. ഇളംനീല നിറത്തിലെ കിടക്കവിരിയിൽ കണ്ട തടാകത്തിൽ വേരുകളിൽനിന്ന് ശ്വാസവും മറ്റെല്ലാം വലിച്ചെടുത്ത് പൂവ് നിന്നു. ജലപ്പരപ്പും പൂവും ഒരു കാറ്റിലും ചലിക്കുന്നുണ്ടായിരുന്നില്ല. ബോധശൂന്യതയുടെ വിശ്രമത്തിൽ അയാൾക്കു മൂടിക്കെട്ടിയ കണ്ണുകൾ അനാവശ്യങ്ങളാണ്.

ഒരു മാന്ത്രികന്റെ ജാലവൈദഗ്ധ്യത്തോടെ അനാമികയുടെ കയ്യിൽ ഒരു ചുവന്ന റോസാപ്പൂവ് പ്രത്യക്ഷപ്പെട്ടു. ഹൃദയത്തിൽ നിന്നെന്നപോലെ അവൾ അത് കട്ടിലിനരികിലെ സ്റ്റൂളിലേക്ക് വയ്ക്കുമ്പോൾ അതിൽ ആശുപത്രിക്കു മുന്നിലെ തോട്ടത്തിൽ പുതുമ മണക്കുന്നുണ്ടായിരുന്നു. "പൂക്കൾ പറിക്കരുത്" എന്ന പതിവു ബോർഡ് അപ്പോഴും അവിടെയു ണ്ടാവുമെന്ന് ഞാൻ വെറുതെ ഓർത്തു.

അൽപ്പനേരത്തെ നിശ്ശബ്ദതയ്ക്കുശേഷം അവർ യാത്രയ്ക്കിറങ്ങു മ്പോൾ ഞാൻ ഒരു ഭാഷയും കേട്ടതേയില്ല. വാതിൽപ്പടി കടന്ന് അവർ മടങ്ങിയപ്പോൾ സ്റ്റൂളിന് മുകളിലിരുന്ന് ചുവന്നറോസാപ്പൂവ് എന്നെ നോക്കി ചിരിച്ചുകാട്ടി. ചുവപ്പ്, ഒരു ചുവന്ന നാടകത്തിന്റെ അവസാന രംഗംപോലെ സുദേശ് കട്ടിലിലും.

ഏഴ്

അമലേന്ദു മുഖർജി: (പൊലീസ് ഡയറിയിലെ ഒരു ദിവസം.)

ആദ്യമേ പറയട്ടെ, വിരസമായ ഒരു ചാർജ് ഷീറ്റോ, കേസ് വിവര
ങ്ങളോ എഴുതുന്നതിനപ്പുറം സൗന്ദര്യമൊന്നും എന്റെയീ ദിനക്കുറിപ്പി
നുണ്ടാവില്ല. കാരണം സുനിൽ ഗാംഗുലിയും മഹാശ്വേതാദേവിയുമൊ
ക്കെ പഠിച്ചുമറന്ന പുസ്തകങ്ങളിൽ കൂടുതലായൊന്നുമെന്നെ സ്വാധീ
നിച്ചിട്ടില്ല. സബ് ഇൻസ്പെക്ടറാവാൻ കൈക്കൂലി കൊടുത്ത ടെസ്റ്റ് പാ
സാക്കിയപ്പോഴും ബാബ പറഞ്ഞത് സത്യസന്ധനാവാനാണ്. അതു പാ
ലിക്കുന്നതിൽ കൂടിയ സാംസ്കാരിക സ്വഭാവം എനിക്കൊരിക്കലുമുണ്ടാ
യിട്ടില്ല. ഓ അല്ല, കോളാഘട്ടിൽ ഒരു വായനശാലയുടെ വാർഷികാഘോ
ഷത്തിന് ഞാൻ പ്രസംഗിക്കാൻപോയി, അതോടെ തീർന്നു.

ഈ മുടിഞ്ഞ സ്റ്റേഷനിൽ ചാർജെടുത്തതിന്റെ മൂന്നാം ദിവസമാ
ണിന്ന്. ടോളിഗഞ്ച് ഥാനയിലെ പരാതികളുടെ മുഷിഞ്ഞ കുമ്പാരത്തിൽ
നിന്നും, കണ്ണടച്ച് മാറിനിൽക്കേണ്ടിവരുന്ന കുറ്റകൃത്യങ്ങളുടെ നീണ്ട നി
രയിൽനിന്നും ഒരു മോചനമായെന്നാശ്വസിച്ചുകൊണ്ടാണ്, വിമാനത്താ
വളവും പരിസരവുമൊക്കെ അധികാരപരിധിയിൽ വരുന്ന വിശാലമായ
ഈ സ്റ്റേഷനിലേക്ക് മാറിയത്. അവിടെ വാഹനങ്ങളുടെ പുക പടർന്ന്
കരിപിടിച്ചു തുടങ്ങിയ ഭിത്തികൾ കാണുമ്പോൾത്തന്നെ വല്ലാത്ത വെറു
പ്പാണുയർന്നിരുന്നത്.

ഈ മഹാനഗരത്തിൽ എല്ലാ പൊലീസ്സ്റ്റേഷനുകൾക്കും ഒരേ മുഖ
മാണെന്ന് തീർച്ചയാക്കിയത് ഈ മുറിക്കുള്ളിലെത്തിയപ്പോഴാണ്. മിഡ്നാ
പ്പൂരിലെ ഒരു ഗ്രാമത്തിലെ സ്റ്റേഷനിൽ ചാർജെടുത്ത് നീതിനിർവഹണം
നടത്തുമ്പോഴത്തെ സ്വാതന്ത്ര്യം ഇപ്പോൾ ഓർമകളിൽ മാത്രമേയുള്ളൂ.
നഗരപ്രാന്തത്തിലുള്ള ടോളിഗഞ്ചിലെ തിരക്കേറിയ റോഡരികിൽ വലിയ

ചുവന്ന കെട്ടിടം ആദ്യം കണ്ടപ്പോൾ സന്തോഷം തോന്നി. എന്നാൽ അതി
നുള്ളിൽ കയറിക്കൂടിയപ്പോൾത്തന്നെ, ക്ഷയത്തിന്റെ ചുമകളിൽ തളർന്നു
വണ്ടിയുന്തുന്ന സൈക്കിൾ റിക്ഷാക്കാരനിൽനിന്നും പൊലീസുകാരൻ
വാങ്ങുന്ന തുളവീണ അഞ്ചു രൂപ നോട്ടുകെട്ടു മുതൽ വൻ മുതലാളിമാ
രിൽ നിന്നും കണക്കുപറഞ്ഞു കീശയിലാക്കുന്ന നോട്ടുകൾവരെ മണ
ക്കാൻ കഴിഞ്ഞു. ആ ദുർഗന്ധത്തിൽനിന്നും ഒഴിവായല്ലോയെന്ന ആശ
 വാസവുമായാണ് മൂന്നുദിവസം മുമ്പ് അവിടന്നിറങ്ങിയത്. പക്ഷേ, നഗരം
മുഴുവൻ അതേ ദുർഗന്ധം വ്യാപിച്ചിരിക്കയാണെന്ന് ഇവിടെയെത്തിയ
പ്പോഴേ മനസിലായി.

ഇന്നത്തെ ദിവസം വല്ലാത്ത ക്ഷീണം പകരുന്നതായിരുന്നു–ശരീര
ത്തിനും മനസിനും. തളർന്ന ദേഹത്തിലെ ഊർജസ്വലമായിരുന്ന മനസ്സ്
ഇന്നലെ രാത്രി മുതൽ ക്ഷീണിച്ചിരിപ്പാണ്. ചെയ്ത ജോലി എന്നെ മാന
സികമായി പിന്തുടരുന്നതാദ്യമായാണ്. ചെയ്തത് ഗുണമായാലും ദോഷ
മായാലും മറക്കുകയാണെന്റെ പതിവ്. ശരീരത്തിന്റെ ക്ഷീണമായിരിക്കാം
മനസിനേയും കുറെയൊക്കെ ബാധിച്ചത്.

രാവിലെ സ്റ്റേഷനിലെത്തിയതും 3.5 ലക്ഷം രൂപയുടെ മോഷണവി
വരമാണ് കാതിലെത്തിയത്. പോയത് കാശുള്ളവന്റെ കയ്യിൽ നിന്നായ
തുകൊണ്ട് വിഷമം തോന്നിയില്ല. പക്ഷേ, പരാതി സ്വീകരിച്ച് കസേരയി
ലിരിക്കും മുമ്പ് ഫോൺ വന്നു. എത്രയുംവേഗം പണവും മോഷ്ടാവി
നേയും കണ്ടെത്തി ഏൽപ്പിക്കണമെന്നായിരുന്നു മുകളിൽ നിന്നുള്ള
ഉത്തരവ്. ചാടിയിറങ്ങേണ്ടിവന്നുവെന്ന് പറഞ്ഞാൽ മതിയല്ലോ.

ഇറങ്ങും മുമ്പ് തന്നെ ഗോപാൽദാസ് പ്രതിയാരാവുമെന്ന് പറഞ്ഞു
തന്നതാണ്. പ്രായം 50 കഴിഞ്ഞെങ്കിലും ഹെഡ്കോൺസ്റ്റബിൾ പദവി
ക്കപ്പുറം കടന്നുകൂടാനായിട്ടില്ലാത്ത ഗോപാലിനു മുന്നിൽ ഒരു സുപ്പീരി
യർ ഓഫീസറുടെ ഗമ കളയാൻ പാടില്ലാത്തതുകൊണ്ട് അയാൾ തന്ന
വിവരങ്ങൾ കണ്ണുമടച്ച് നിരസിച്ചു. സംശയം തോന്നിയവരെയൊക്കെ
പിടിച്ചു വിരട്ടുമ്പോഴും സത്യത്തിൽ ഞാൻ തേടിയത് ഗോപാലിന്റെ വിവ
രണങ്ങൾക്കനുസരിച്ചുള്ള ആളിനെയാണ്. ഉച്ചകഴിഞ്ഞ് വിശപ്പ് കത്തി
ക്കയറിയിട്ടും പ്രതിയെ പിടികിട്ടാത്തപ്പോൾ ഗോപാലിനു മുന്നിൽ
തോൽവി സമ്മതിച്ച് അയാൾ പറഞ്ഞിടത്തേക്കുതന്നെ വണ്ടിവിടാൻ പറ
ഞ്ഞു. ഇടുങ്ങിയ ഏതോ ഗലിയിൽ പഴയ ഒരു കെട്ടിടത്തിന്റെ മുകളി
ലത്തെ നിലയിലേക്കാണു ഗോപാൽ എന്നെ നയിച്ചത്. ഉണക്കാനിട്ടിരി
ക്കുന്ന തുണികൾക്കു പിന്നിലെ വാതിലിൽ മുട്ടിവിളിക്കുമ്പോൾ,
മാറിനിൽക്കാൻ അയാൾ എന്നോടാംഗ്യം കാട്ടി. താഴെ കാത്തുനിന്നി
രുന്ന രണ്ടു പൊലീസുകാരുടെ ചുണ്ടിൽകണ്ട പുഞ്ചിരിയുടെ അർഥം
എനിക്കൊട്ടും മനസിലായില്ല. വാതിൽ തുറന്നെത്തിയ യുവതി ഗോപാ
ലിനെ കണ്ടതും ചിരിച്ചുകൊണ്ട് എന്തോ കുശലം ചോദിച്ചു. മറുപടി
പറഞ്ഞശേഷം അയാൾ പറഞ്ഞതും എനിക്ക് കേൾക്കാവുന്നത്ര ഉച്ച
ത്തിലായിരുന്നില്ല. കഷ്ടിച്ച് ഒരു മിനിറ്റ് നേരത്തെ സംസാരത്തിനു ശേഷം

ആ പെൺകുട്ടി വീടിനുള്ളിലേക്ക് തിരിഞ്ഞ് "ദാദാ" എന്ന് നീട്ടിവിളിച്ച പ്പോൾ ഗോപാൽ എന്നെയും അങ്ങോട്ടു വിളിച്ചു.

ഗോപാലിന്റെ തല പുറത്തുകണ്ടതും അയാൾ ഒന്നു ചിരിച്ചുകാട്ടി അകത്തേക്കു വലിഞ്ഞു. നിശ്ചലനായി നിൽക്കുന്ന ഗോപാലിന്റെ മുഖത്തെ പുഞ്ചിരി എന്നെ അമ്പരപ്പിച്ചു. ഉദ്വേഗമോ ധൃതിയോ ഒക്കെ നിറഞ്ഞ ഒരു മുഖമാണ് ഞാനവിടെ പ്രതീക്ഷിച്ചത്.

കയ്യിലൊരു പൊതിയുമായി പെട്ടെന്ന് മടങ്ങിയെത്തിയ അയാൾ ഗോപാലിനെ വിട്ട് അതിനകം വാതിൽക്കലെത്തിയ എന്റെ നേർക്കാണു വന്നത്. "സാബ് പുതിയ ആളാണല്ലേ? ഇത് 25 ഉണ്ട്. ഇരുപതാണ് സാധാ രണ നിരക്ക്."

ചിരപരിചിതരെപ്പോലെ സംസാരിച്ച അയാളുടെ ശബ്ദത്തിന് അനാ വശ്യമായ മുഴക്കമുണ്ടായിരുന്നു. ഞാൻ സംഗതികളൊക്കെ മനസിലാ ക്കുംമുമ്പ് അയാൾ ഞങ്ങളെ കടന്ന് പടിയിറങ്ങിക്കഴിഞ്ഞിരുന്നു.

എന്റെ മനസ്സ് നിമിഷങ്ങൾകൊണ്ട് ചുറുചുറുക്ക് വീണ്ടെടുത്തു. വിസിൽ മുഴക്കി താഴെ അലസരായി നിന്ന പൊലീസുകാരെ ഉണർത്തി. കള്ളനും പൊലീസും കളിക്കാരനെപ്പോലെ ഞാൻ അയാൾക്കു പിന്നാലെ പാഞ്ഞു. ഗലികളിലെവിടെയോ മറഞ്ഞ അയാൾക്കു പിന്നാലെ ഞങ്ങൾ മൂന്നുപേർ പായുമ്പോൾ ഗോപാൽ മെല്ലെ പടിയിറങ്ങി താഴേക്ക് വരുന്ന തേയുള്ളൂവെന്ന് ഞാൻ കണ്ടു.

വിശന്ന വയറും തളർന്ന ശരീരവുമായി ഞങ്ങൾ ജീപ്പിലേക്കു കയ റുമ്പോൾ ഒരു സാധാരണ സൂട്ട്കേസുമായി അയാളും ഒപ്പമുണ്ടായിരു ന്നു. ഞങ്ങളുടെ കള്ളൻ!

സ്റ്റേഷനിലെത്തും മുമ്പ് രണ്ടു തവണ ആരോ ഫോൺ ചെയ്തിരു ന്നുവെന്ന് ഒരു കോൺസ്റ്റബിൾ പറഞ്ഞു. കള്ളനെ കിട്ടിയതിന്റെ അഭി മാനം തളർച്ചയിലും ചുമന്ന് ഞാൻ കസേരയിലേക്ക് ചാഞ്ഞയുടൻ ഫോൺ ബെല്ലടിച്ചു തുടങ്ങി.

രൂപ വാങ്ങിവച്ച് പ്രതിയെ വിട്ടേക്കാനായിരുന്നു ഇത്തവണ ഉത്ത രവ്. വിട്ടുവീഴ്ചയെന്നത് ആദ്യമായല്ലാത്തതുകൊണ്ടാവും "യെസ് സർ" എന്ന പ്രതികരണത്തോടെ സൗമ്യനായി റിസീവർ താഴേക്ക് വച്ചു. ഭക്ഷ ണവുമായെത്തിയ ഹോട്ടലിലെ പയ്യനെക്കൊണ്ട് അവൻ കൊണ്ടുവന്ന ഭക്ഷണം മുഴുവൻ തീറ്റിച്ചു വിട്ടപ്പോൾ ആരോടോ പ്രതികാരം ചെയ്ത സന്തോഷമായിരുന്നു.

എന്റെ പകവീട്ടൽ ഇങ്ങനെയൊക്കെയാണെന്ന് സമ്മതിക്കുന്നതി നെക്കാൾ ശരി ഞാനിങ്ങനെയൊക്കെയാണെന്നു സമ്മതിക്കുകയാണ്. ഒരു പാർട്ടി വഴക്കിന്റെ നൂലാമാലകളിൽ ഇരുകൂട്ടർക്കും കുഴപ്പമുണ്ടാ കാതെ പ്രശ്നം അവസാനിപ്പിക്കൽകൂടി കഴിഞ്ഞ് ക്വാർട്ടേഴ്സിലെത്തി യപ്പോഴാണ് വിശപ്പിനെക്കുറിച്ച് വീണ്ടും ബോധവാനായത്. വേഷംമാറി ഭക്ഷണത്തെക്കുറിച്ച് ചിന്തിച്ചുതുടങ്ങിയപ്പോഴേക്കും അടുത്ത ഫോൺ വന്നു. ഇപ്പോഴും, ഒരുദിവസം കഴിഞ്ഞു വന്ന ഈ രാത്രിയിലും, എന്നെ

അനാവശ്യമായി ശല്യപ്പെടുത്തുന്ന സംഭവത്തിന്റെ അറിയിപ്പായിരുന്നു ആ ഫോൺവിളി. ഇനിയുമേറെ നാൾ, ഒരുപക്ഷേ ജീവിതം മുഴുവനും മാഞ്ഞു പോകാനിടയില്ലാത്ത ഒരു ദുരന്തക്കാഴ്ചയിലേക്ക് മനസിനുള്ള ക്ഷണം. ഞാനവിടെ പാഞ്ഞെത്തുമ്പോൾ പുകയുടെയും രക്തത്തി ന്റെയും ഗന്ധം വല്ലാതെ പടർന്നിരുന്നു. അരികത്തെ വീടുകളിലെല്ലാം രാത്രിയിലെപ്പോഴോ ഉണ്ടായ ലൈൻ തകരാറ് വെളിച്ചത്തേയുമപഹരിച്ച് മടങ്ങിയിരുന്നു. എന്നിട്ടും അവിടെ തടിച്ചുതുടിയിരുന്ന ആളുകളേയും അവരുടെ ഉൾക്കണ്ഠയും കണ്ടപ്പോൾ ആദ്യം തോന്നിയത് ഒരു അക്രമ ത്തിന്റെ ശേഷഫലമാണെന്നാണ്.

മുഖമില്ലാതെ പിടയുന്ന ആ മനുഷ്യൻ സ്വയം ചാവാനൊരുങ്ങിയ വനാണെന്ന് എനിക്ക് സൂക്ഷിച്ചു നോക്കിയപ്പോഴെങ്ങനെയോ മനസി ലായി. അല്ലെങ്കിലും ഇത്തരം മനസിലാക്കലുകൾക്കൊന്നും വലിയ വില യില്ല. എന്റെ തൊഴിൽ എന്നെ അങ്ങനെയൊക്കെയാണ് പഠിപ്പിച്ചിട്ടുള്ളത്.

നിമിഷങ്ങൾക്കുള്ളിൽ പാഞ്ഞുവന്ന ഒരു നീല വെളിച്ചത്തിനക ത്തേക്ക് ചുവന്ന നിറം കലക്കാൻ ശ്രമിച്ച് അയാൾ പിടഞ്ഞു ആനയിക്ക പ്പെടുമ്പോൾ അഴുക്കും രക്തവും കരിയുമെല്ലാം പടർന്ന ജീൻസിന്റെ പോക്കറ്റിൽ നിന്നും ഒരു കറുത്ത പഴ്സ് നിലത്തേക്കൂർന്നുവീണു–സ്ട്രെ ച്ചറിനുമിടയിൽക്കൂടി.

അതു കാലിയായിരുന്നില്ല. മൂന്ന് നൂറു രൂപാ നോട്ടുകളും കുറേ ചില്ലറയും. ഒരു ചെറിയ അറയ്ക്കുള്ളിൽനിന്ന് സൗന്ദര്യമുള്ള ഒരു യുവാ വും ദുഃഖത്തിന്റെ കണ്ണുകളുള്ള ഒരു പെണ്ണുമുള്ള ഒരു ഫോട്ടോ തല നീട്ടി. പെണ്ണിന്റെ ഫോട്ടോയിൽ വരച്ചിട്ടിരിക്കുന്ന ഒരു ചുവന്ന കുരിശ് കണ്ടെത്തിയത് ശരിക്ക് നോക്കിയിട്ടാണ്. ഗുണനചിഹ്നമല്ല, അളവുക ളൊപ്പിച്ച് വരച്ചിട്ടതുപോലെ ഒരു കുരിശ്.......

അയാളുടെ അഡ്രസ് ബുക്കിൽ സുദേശ്ഘോഷ് എന്ന പേരിനൊപ്പം കണ്ട വിലാസം ഒരു സാധാരണ ലോഡ്ജ് മുറിയുടേതായിരുന്നു. ഓഫീസ് വിലാസത്തിന്റെ നേരെ നഗരത്തിലെ ഒരു പ്രധാന സ്കൂളിന്റെ പേരും. അതെ, സുദേശ്ഘോഷ് എന്ന മനുഷ്യനിലേക്കുള്ള വഴികളിൽ ലോഡ്ജ് മുറിയുടെ വിലാസവും ബുദ്ധിജീവികളെ വാർത്തെടുക്കുന്ന തിന് പേരുകേട്ട സ്കൂളും മാത്രമാണ് ഞാനപ്പോൾ തിരിച്ചറിഞ്ഞത്. ഒരു പ്രണയത്തിന്റെ കീഴടങ്ങൽമുതൽ ഭരണത്തിന്റെ പോരാട്ടംവരെ ഞാൻ സഞ്ചരിച്ചെത്തിയത് പിന്നീടാണ്.

എന്നെ പാലിക്കുന്നതോ ഞാൻ പാലിക്കുന്നതോ ആയ നിയമങ്ങ ളുടെ മുന്നിൽ സുദേശ്ഘോഷ് കുറ്റക്കാരനാണ്. സ്വന്തം ജീവിതം അവ സാനിപ്പിക്കാൻ ശ്രമിച്ചു എന്നതാണയാളുടെ കുറ്റം. ജീവിതമെടുക്കാ നുള്ള സ്വാതന്ത്ര്യം ദൈവത്തിനും സർക്കാരുകൾക്കും മാത്രമാണെന്ന് ഞാൻ വിശ്വസിക്കുന്നില്ല. എന്റെ നിയമവും ആ വിശ്വാസത്തിന് പിന്നാലെ പോകുന്ന ഒന്നാണെന്ന് ഒരു പുസ്തകവും എനിക്ക് പറഞ്ഞുതന്നിട്ടുമില്ല. എന്നിട്ടും സുദേശ്ഘോഷ് കുറ്റക്കാരനാവുന്നു.

അന്യരുടെ ജീവനെടുക്കുന്ന ഒരുപാടാളുകളെ തേടി വിലങ്ങുകളോ കുറ്റപത്രങ്ങളോ എത്താത്ത കാലമാണിത്. ഒരു ഫോൺ വിളിക്കോ രഹസ്യക്കുടിക്കാഴ്ചയ്ക്കോ അവരെ രക്ഷപ്പെടുത്താനാവുമെന്നിരിക്കെ, സ്വന്തം ജീവിതത്തെക്കുറിച്ചു തീരുമാനിക്കാനുള്ള സ്വാതന്ത്ര്യം പ്രയോഗിച്ച ഒരാൾ കുറ്റക്കാരനാകുന്നു. അതെങ്ങനെ സംഭവിക്കുമെന്നാണ് എനിക്കിനിയും മനസിലാകാത്തത്. ജനിച്ചുപോയതുകൊണ്ട് ജീവിക്കാനുള്ള ഉത്തരവാദിത്തം ഒരാൾക്കുണ്ടെങ്കിൽ മരിക്കാനുള്ള അവകാശം എന്തേ അയാളിൽ നിന്നെടുത്തുമാറ്റുന്നു?

ഇവിടെ നിയമത്തോട് സത്യസന്ധത പുലർത്തുകയെന്നാൽ സുദേശ്ഘലോഷിനോട് നീതികേട് കാട്ടുകയെന്നാണർഥം. കേസ് റിപ്പോർട്ട് ചെയ്ത സ്ഥിതിക്ക് അയാൾ കുറ്റക്കാരൻ തന്നെ. ഇപ്പോൾ നിയമത്തിന്റെ ന്യായീകരണത്തിലൊളിച്ച് രക്ഷപ്പെടാൻ ശ്രമിക്കുന്ന ഞാൻ ചില ഫോൺ വിളികൾക്കു മുന്നിൽ നിയമത്തിന്റെയും മനസിന്റെയും ന്യായീകരണങ്ങളെ തള്ളിപ്പറയുന്നു. ഒരുപക്ഷേ, നാളെ ഇയാളെ സംബന്ധിച്ചും അതുപോലെ ഒരു ഫോൺ വന്നേക്കാം. എനിക്കിപ്പോഴൊന്നും ഒരു പട്ടികയിലാക്കി വായിച്ചെടുക്കാൻ വയ്യ.

ഞാനും പ്രേമിച്ചിട്ടുണ്ട്. ഒന്നല്ല, ഒരുപാടു തവണ. കോളാഘട്ടിൽ, വീടിനടുത്ത് ഒരു പെണ്ണ് ഇപ്പോഴും എന്നെ കാത്തിരിപ്പുണ്ട്. അവർ ഒരു ദിവസം എന്നേക്കുമായി പിണങ്ങിപ്പോയാൽ ഞാൻ ചെയ്യുന്നതെന്താവും! മുമ്പ് പലപ്പോഴും സംഭവിച്ചിട്ടുള്ളതുപോലെ ഒരു ദിവസത്തെ ലഹരിയുടെ ദുഃഖാചരണത്തിനുശേഷം പുതിയ ജീവിതത്തിലേക്കിറങ്ങുമായിരിക്കും. അതോ ഇയാളെപ്പോലെ? ഏയ്, ഇല്ല. എന്റെ ജീവിതം അത്ര സെന്റിമെന്റലൊന്നുമല്ല. ഒരു സാധാരണ യന്ത്രത്തിന്റെ ചലനത്തിനപ്പുറം പ്രണയത്തിൽപ്പോലും എനിക്കൊന്നുമുണ്ടാവില്ല.

ഗോപാൽദാസ് എന്റെ മുന്നിലേക്ക് ഇപ്പോൾ രണ്ട് ഫയലുകൾ കൊണ്ടു വയ്ക്കുന്നു. ചിന്തകളെ ശല്യപ്പെടുത്തിയവനോടുള്ള ദേഷ്യം ഒരു നോട്ടത്തിലൂടെ തീർത്ത് ഞാൻ ഫയലുകൾ മുന്നിലേക്ക് നീക്കുമ്പോൾ അരവാതിലിന് മുകളിലൂടെ ഒരു മുഖം. എവിടെയോ കണ്ടതാണിതെന്നു ഓർമയിൽ തിരഞ്ഞുതുടങ്ങിയപ്പോഴേക്കും ഒരു പെൺകുട്ടി മുറിയിലേക്ക് കടന്നു വരുന്നു. ദുഃഖം പടരുന്ന കണ്ണുകളുള്ള മുഖത്ത് നിറഞ്ഞ ചുവന്ന കുരിശുമായി സുദേശ്ഘലോഷിന്റെ പഴ്സിൽ നിന്നും ഈ മുഖം എനിക്ക് മുന്നിലേക്ക് തല നീട്ടുന്നു. ഇരിക്കാനുള്ള നിർദേശം സ്വീകരിച്ച് മുന്നിലെ കസേരയിലേക്ക് അവർ മൃദുവായി ചരിഞ്ഞപ്പോൾ ആ മുഖം എന്നോട് കുറേക്കൂടി അടുത്തു വന്നു. സുദേശ്ഘലോഷ് വരച്ചിട്ടിരുന്ന ചുവന്ന കുരിശായിരുന്നു ഞാനതിൽ തേടിയത്.

നടുവാക്ക്

ഇവിടെ ഒരിടപെടലിന് സാംഗത്യമുണ്ടോയെന്നറിയില്ല. പറയാൻ മറന്നുപോയ ചിലത് ഓർത്തതിപ്പോഴാണ്.

ഓരോ മനുഷ്യനും ഒരു തവണയെങ്കിലും മനസിൽ ആത്മഹത്യ ചെയ്തവനാണ്. ഞാനും നിങ്ങളുമെല്ലാം.

സുദേശിന് ഒരു നിമിഷംപോലും മുഖമില്ലാത്തവന്റെ ജീവിതം വേണ്ടിവന്നില്ല. എല്ലാം ഒരു പൊട്ടിത്തെറിയിൽ തീർന്നുപോയി. സ്വയം ന്യായീകരിക്കാനോ വിശദീകരണങ്ങളുടെ റോസാപ്പൂക്കൾക്കോ അയാൾ ക്ക് അർഹതയുണ്ടായില്ല.

ഞാൻ അയാളുടെ ജീവിതത്തെയും മരണത്തെയും ഒരുപോലെ ഇഷ്ടപ്പെട്ടവനാണ്. എങ്കിലും സ്വന്തം ഭാഗം വാദിക്കാൻ ഒരു കുറിപ്പെഴു തിവയ്ക്കാൻ കഴിയാതെപോയ ആ മനുഷ്യന്റെ വക്കീലാവുകയാണ് ഞാൻ. അല്ല, ആകാൻ ശ്രമിക്കുന്നു.

മരണം, പ്രണയംപോലെ സുന്ദരമാണ്. പ്രണയം മരണംപോലെ ദുരൂഹവും. രണ്ടും ഒരുമിച്ച് തെരഞ്ഞെടുത്തവരാവാൻ കഴിഞ്ഞ മഹാ മനസുകളെ സ്മരിക്കുന്ന കൂട്ടത്തിലാണീ നടുവാക്ക് വീണുപോയത്. പകുതിവഴിക്കെത്തുമ്പോൾ തിരിഞ്ഞു നടക്കാണോ, തുടർന്നുപോണോ എന്നൊരാശങ്ക ഏതുയാത്രയിലും പതിവുതന്നെ. ഞാനെന്താണ് ചെയ്യേണ്ടതെന്ന് വെറുതെയൊന്ന് സന്ദേഹിച്ചോട്ടേ?

എട്ട്

ഉണ്ണി: (കാരണങ്ങൾക്ക് പിന്നിലേക്ക്)

കൽക്കത്തയിൽ തണുപ്പുകാലം തുടങ്ങിക്കഴിഞ്ഞാൽ സൂര്യന് അസ്തമിക്കാൻ വല്ലാത്ത തിരക്കാണ്. ഞങ്ങൾ ഹൂഗ്ലിയുടെ കരയിൽ റെയിൽവേ ലൈനിനടുത്ത് പ്രകൃതി പണിത പാർക്കിലിരിക്കുമ്പോഴാണ് സൂര്യൻ നദിയുടെ അങ്ങേയറ്റത്തേക്ക് ഒളിക്കാൻ തുടങ്ങിയത്. സിലിഗുരി യിലേക്കും ബീഹാറിലെ ഏതോ അതിർത്തി പട്ടണത്തിലേക്കുമൊക്കെ യുള്ള ടൂറിസ്റ്റ് ബസുകളുടെ മുന്നിലൂടെ ഇരുൾ വീണുതുടങ്ങിയ വഴിയേ തിരിച്ചു നടക്കുമ്പോൾ ഞാനും അനാമികയും നിശബ്ദരായിരുന്നു. എന്റെ കൈകൾ കാരണമില്ലാത്ത ഏതോ അസ്വസ്ഥതയിൽ കൂട്ടി ത്തിരുമ്മി പരസ്പരം ശല്യപ്പെടുത്തിക്കൊണ്ടിരുന്നു. കച്ചവടക്കാരുടെയും ട്രാമുകളുടെയും മൈതാനത്തുകൂടി എസ്പ്ലനേഡിലെ മെട്രോ സ്റ്റേഷന്റെ പടികളിറങ്ങുമ്പോൾ എന്റെ വലംകൈ അവളുടെ കയ്യിലായിരുന്നു. വഴിയിലെവിടെയോ ഞാനവളുടെ കൈ കവർന്നെടുത്തിരുന്നുവെന്നതാ വും ശരി.

അന്നയുടെ വീട്ടിലേക്കു തിരിയുന്ന ഇരുളിലെത്തിയപ്പോൾ ഞങ്ങൾ നിന്നു. ഒരുപാടു സംസാരിക്കുന്ന ഒരു നിശ്ശബ്ദത ഞങ്ങൾക്കിടയിൽ വന്നുനിറഞ്ഞു. ഒരു മുഷിഞ്ഞ ദിവസത്തിന്റെ വേദനകളും പരിഭവങ്ങളും തിരക്കുകളുമെല്ലാം ഞാൻ ക്ഷീണിച്ച, സിഗററ്റു പുകയിൽ വരണ്ട ചുണ്ടു കളിലൂടെ അവളുടെ കവിളിലേക്ക് പകർന്നു. സ്നേഹത്തിന്റെ ഒരു ചെറിയ മുദ്രണം. രണ്ടു ചുവടുകൾ നടന്ന് എന്തോ മറന്നിട്ടെന്നപോലെ അവൾ തിരിഞ്ഞു.

"നാളെ....."

മനസിനെ സ്വാതന്ത്ര്യത്തിലേക്കുവിട്ട് ഞാനൊന്ന് മൂളി. അവൾ പറ
ഞ്ഞു: "ശരി, ഞാൻ വിളിക്കാം."

അനാമിക നടന്ന് ഇടയ്ക്കിടെയുള്ള വെളിച്ചങ്ങളെയും ഇരുളിനെയും
കടന്നുപോയി. വെളിച്ചത്തെ നോക്കി ചിരിച്ചുലയുന്ന വസ്ത്രങ്ങളിൽ
തന്നെ ഒതുക്കി അവൾ പോയപ്പോൾ എന്റെ മനസിലുയർന്നത് ഒരു താമര
പ്പൂവാണ്. ഭവേന്ദറിന്റെ മനസിൽ വിരിഞ്ഞ് എന്റെയുള്ളിലേക്ക് കുടിയേ
റിയ വെളുത്തപൂവ്. വെള്ളമോ ശ്വാസമോ ഒക്കെ തേടി എങ്ങോട്ടൊക്കെ
യോ അലഞ്ഞു നടക്കുന്ന ഒരുപാട് വേരുകളുള്ള ഒന്ന്.

കരിഞ്ഞുപോയ വിളക്കുതിരിപോലെ ഓർമകളിൽ മറവിയുടെ കരി
പുരണ്ടുതുടങ്ങുന്നു. എന്നിട്ടും സുദേശിന്റെ തിളങ്ങുന്ന ആശുപത്രി
മുറിയും കടന്ന് എന്റെ ചിന്ത ഫോർട്ടുകൊച്ചിയിലെ ഒരു വീടിന്റെ വിശാല
തയിലേക്ക് കടന്നു. മൂക്കിലെ ദ്വാരങ്ങളിൽ വെള്ളത്തെച്ചിപ്പൂവുകൾപോലെ
രണ്ടു പഞ്ഞിക്കഷണങ്ങൾ അണിഞ്ഞ് കിടന്ന അന്നാമരിയയുടെ മുഖ
ത്തേക്ക്. വലിയ ഒരു വെള്ളത്താമരപ്പൂവിൽനിന്നും ചെറിയ തെച്ചിപ്പൂവു
കളിലേക്കുള്ള യാത്ര എനിക്ക് ജീവിതത്തിലേക്കുള്ള മടക്കയാത്രയാണ്.
അതോ രൂപമില്ലാത്ത ജീവിതത്തിൽനിന്നും ശാന്തതനിറഞ്ഞ രൂപമുള്ള
മരണത്തിലേക്കോ?

ഗേറ്റിന്റെ താഴിലേക്ക് താക്കോൽ കടത്തുമ്പോൾ ശൂന്യത മണത്തു.
സന്തോഷ് എത്തിയില്ലെന്നത് ആശ്വാസമായാണ് തോന്നിയത്. ഒരു സഹ
മുറിയന്റെ സഹൃദയത്വം സൂക്ഷിക്കാൻ അയാൾക്ക് കഴിവില്ലാത്തതുകൊ
ണ്ടാവും കടപ്പാടിന്റെ സൗഹൃദംപോലും ഞങ്ങൾക്കിടയിൽ കടന്നുവരാ
ത്ത്. തന്നെ തീറ്റിപ്പോറ്റുന്ന മാർവാടിയുടെ വിഡ്ഢിത്തങ്ങൾ നിറച്ചു
വച്ച ഭാണ്ഡവുമായാണ് സന്തോഷ് ദിവസവുമെത്താറ്. വന്നുകയറിയാ
ലുടൻ അത് തുറന്ന് ഓരോന്നായി എനിക്ക് നേരെയെറിഞ്ഞ് അയാൾ
ചിരി തുടങ്ങും. എന്റെ മനസിലുയരുന്ന അസ്വസ്ഥത തിരിച്ചറിയാനുള്ള
കണ്ണുകളൊന്നും സന്തോഷിനില്ല.

അന്നാമരിയ വർഷങ്ങൾക്കുമുമ്പ് എന്റെ ജീവിതമായിരുന്നു. അവൾ
അവസാനിച്ചിടത്ത് ഒടുങ്ങിപ്പോയ ജീവിതത്തിന്റെ പുനർജന്മമാണ് ഇവിടെ
അനാമികയിലൂടെ ഞാൻ നേടുന്നത്. അല്ലെങ്കിൽ ജന്മങ്ങളിട്ട് ജീവിതത്തെ
തിരിക്കാൻ തുടങ്ങിയാൽ വേർതിരിക്കലിന്റെ ചുവന്ന വരകൾ ഒരുപാട്
വീഴ്ത്തേണ്ടിവരും. കാരണം എനിക്ക് ഓരോ ജന്മങ്ങളും ദിവസംതോറും
കൊഴിഞ്ഞുപോകുന്ന അനുഭവങ്ങളുടെ ഓരോ അധ്യായങ്ങളാണ്.

ഒന്നോർത്തു – ഞാൻ അന്നാമരിയയെ വല്ലാതെ വിസ്മരിച്ചുപോയി
രുന്നു. ഒരുതരത്തിൽ ഞാൻ പഴയ സ്നേഹങ്ങളെയെല്ലാം മറന്നുപോയി.
ഏറെ താളുകൾ ഉള്ള ഒരു പുസ്തകത്തിലെ കുറേ താളുകൾ മാത്രമാ
യി അവൾ. ആവർത്തിച്ച് വായിക്കാൻ മടിച്ച് മിക്കപ്പോഴും വെറുതെ മറി
ച്ചുകളയാറുള്ള കുറേ താളുകൾ.

ഇന്ന് സുദേശ്ഘോഷ് എന്ന പുതിയ താള് തുറന്നപ്പോൾ അന്നാമ രിയ എന്ന പഴയ പേരുകാരി വീണ്ടും ഉയർന്നുവന്നു. ഒരു മുഷിഞ്ഞ ആവർത്തനം സുദേശിൽ കാണുന്നുവെന്നത് നിഷേധിക്കാനാവില്ല. വർഷ ങ്ങളുടെ പഴക്കമുള്ള താളിന് സമാന്തരമായി മറ്റൊന്നുകൂടിവരുമ്പോൾ സാമ്യതകളെക്കാളേറെ വ്യത്യസ്തതകൾ തേടാനാണ് മനസ്സ് നിർബന്ധം പിടിക്കുക. അന്നയെന്തിനാവും സ്വയം മരണത്തെ തേടിച്ചെന്നത്? അനാ മികയുടെ വൃത്തങ്ങളിലെ മനഃശാസ്ത്രം ജീവിതത്തിലേക്ക് സ്വീകരിച്ചെടു ത്താൽപോലും ഞങ്ങൾ തമ്മിൽ റേഡിയസുകളുടെ അന്തരമുണ്ടായിരു ന്നില്ല. പിണങ്ങിപ്പിരിയലുകൾക്കൊന്നും ഞങ്ങൾക്കിടയിൽ കടന്നുവരേ ണ്ടിവന്നിട്ടില്ല. ജനാലയിലൂടെ സ്വപ്നങ്ങളും സംഗീതവും പൂവുകളു മൊക്കെ പങ്കുവയ്ക്കാവുന്നത്ര കാൽപ്പനികത്വം എനിക്കുണ്ടായിരുന്നേ യില്ല. എഡിറ്റോറിയൽ ട്രെയിനി എന്ന ഉദ്യോഗപ്പേരിലെ അവസാനവാക്ക് എന്റെ ജീവിതത്തെ വല്ലാതെ കഷ്ടപ്പെടുത്തിയിരുന്ന കാലമായിരുന്നു അത്. ഉണ്ടാക്കിയെടുക്കുന്ന വാർത്തകളിലെ വേദനയ്ക്കും പൊട്ടിച്ചിരിക്കു മൊക്കെയിടയിൽനിന്ന് രക്ഷപ്പെട്ട് നോവുകളും സന്തോഷങ്ങളുമൊക്കെ ഇറക്കിവയ്ക്കാനുള്ള ഒരു താങ്ങായിരുന്നു അന്നാമരിയ. ഇവയിലൂടെ ഞാൻ നൽകിയെന്നഭിനയിച്ച സ്നേഹത്തിലുമൊരുപാട് അവൾ മടക്കി ത്തന്നിരുന്നു. എന്നിട്ടും... സുദേശിന് നിരത്തിവയ്ക്കാൻ ഒരുപാട് കാര ണങ്ങളുണ്ടാവും. ഞാനറിഞ്ഞിടത്തോളം സുദേശിന് ഒന്നുമില്ലായ്മയെ ന്നൊന്നുണ്ടായിരുന്നില്ല. അധ്യാപനവും വിപ്ലവ രാഷ്ട്രീയവും സംഗീതം കലർന്ന രാത്രി പ്രണയവുമൊക്കെയായി ചടുലമായ ദിവസങ്ങളിൽനിന്നും എന്തെങ്കിലുമൊക്കെ കാരണങ്ങൾ ചികഞ്ഞിടാൻ അയാൾക്കു കഴിയാതെ വരില്ല. അന്നാമരിയ പക്ഷേ സുദേശ്ഘോഷായിരുന്നില്ലല്ലോ.

പതിവിനപ്പുറം ഒന്നും തേടിയല്ല അന്നയുടെ വീട്ടിലേക്ക് അന്നും നടന്നുകയറിയത്. മമ്മ തരുന്ന രുചികരമായ ഭക്ഷണവും നഗരത്തിൽ സന്തോഷം തരുന്ന ഒരിത്തിരി സമയവും തേടിച്ചെന്നപ്പോൾ കാണാനു ണ്ടായിരുന്നത് കുറേ അപരിചിതമുഖങ്ങൾ കൂടിനിൽക്കുന്ന മുറ്റമാണ്. ഒട്ടേറെ കണ്ണുകളിലെ സംശയങ്ങളും ചോദ്യങ്ങളും അലക്ഷ്യമായി മറി കടന്ന് പടികയറുമ്പോൾ പതിവില്ലാത്ത നിശ്ശബ്ദത എന്നെ അലോസര പ്പെടുത്തി. വീടിനുള്ളിലെത്തിയ എന്നെ കാത്തിരുന്നത് കണ്ണീരില്ലാതെ കരഞ്ഞുകലങ്ങിയ മമ്മയുടെ കണ്ണുകളാണ്. വെളുത്ത പഞ്ഞിക്കഷണ ങ്ങൾ നിലച്ചുപോയ ശ്വാസത്തിന്റെ പ്രതിരൂപങ്ങളായി അവളുടെ മൂക്കിൽ നിന്ന് എന്നെ നോക്കി ചിരിച്ചു. ഞാനൊരു നിമിഷം വല്ലാതെ സ്തബ്ധ നായി – മമ്മയ്ക്ക് എന്റെ മനസിനെ നന്നായി മനസിലായി. അന്നയുടെ മുറിയിലേക്ക് കണ്ണുകൾ ചൂണ്ടി അവരെനിക്ക് സ്വാഗതം പറഞ്ഞു. ജീവിത ത്തിന്റെ ശക്തിപ്രാപിക്കുന്ന കണ്ണുകൾ. പിന്നെപ്പിന്നെ ഞാനൊന്നും കണ്ടി ല്ല. ഉണരുമ്പോൾ മമ്മ പഴയതുപോലെ എനിക്ക് മുമ്പിലുണ്ടായിരുന്നു.

എന്റെ മരണം 18 മണിക്കൂറിലേറെ നീണ്ടുനിന്നെന്ന് പറഞ്ഞത് അവരാ
ണ്. അതിനിടയ്ക്കെപ്പോഴോ ആ മരണത്തേയും കടന്ന് യാത്ര തുട
ങ്ങിക്കഴിഞ്ഞിരുന്നു. സുദേശിന് വിജയിക്കാനാകാത്ത തന്റെ ആത്മഹത്യ
യെ ന്യായീകരിക്കാൻ ഒരുപാട് കാര്യങ്ങളുള്ളപ്പോൾ അന്നയ്ക്ക് അവ
യൊന്നുമില്ലാതെപോയി. സുദേശിന്റെ അവസ്ഥയിലായിരുന്നു അവളെ
ങ്കിൽ ശബ്ദം തിരിച്ചുകിട്ടുമ്പോൾ ചിരിനിറഞ്ഞ മുഖത്തോടെ പറഞ്ഞേ
നെ, "ഞാൻ വെറുതെ....." സുദേശ്‌ഘോഷ്യും അന്നാമരിയയും തമ്മിലുള്ള
വ്യത്യാസം ഇപ്പോഴും തുടിക്കുന്ന ഒരു ഹൃദയവും നിലച്ചുപോയ
മറ്റൊന്നും തമ്മിലുള്ളതോ ഒരു ചെറിയ വിഷക്കുപ്പിയും പോക്കറ്റ്
ബോംബും തമ്മിലുള്ളതോ മാത്രമല്ല. ഒരുകാരണവും കാരണമില്ലായ്മ
യുമായുള്ള പൊരുത്തക്കേട്. ഈ പൊരുത്തക്കേടിന്റെ വാർത്തകൾ
ആർക്കും പെട്ടെന്ന് ഇഷ്ടപ്പെടാനാവുന്നവയാവില്ല. തെമ്മാടിക്കുഴിയി
ലേക്കു പോയി കീഴടങ്ങാതെ പൊതുശ്മശാനത്തിലേക്ക് അവസാനയാ
ത്രപോയ അവിവാഹിതയായ ഒരു പെൺകുട്ടിയുടെ വാർത്തയ്ക്ക് സ്വന്തം
നാട്ടിലെങ്കിലും ഇത്തിരി പ്രാധാന്യമുണ്ടാവുമെന്ന് അറിയാമെങ്കിലും
ഞാൻ ജോലി ചെയ്തിരുന്ന പത്രത്തിൽ അതുണ്ടായിരുന്നില്ല. കാരണ
മില്ലായ്മയായിരുന്നിരിക്കണം അതിന്റെ കാരണം. ഒരുപക്ഷേ, സുദേശിന്റെ
ആശുപത്രി സന്ദർശിച്ചതിനുശേഷമായിരുന്നെങ്കിൽ അന്നയോടു കാട്ടി
യതുപോലെ സുദേശിനെയും അന്യരുടെ കണ്ണിന് വിശ്രമിക്കാനുള്ള ഒരു
വാർത്തയാക്കി മാറ്റാതെ എന്റെ മനസിലേക്ക് മാത്രം ഒതുക്കി നിർത്തി
യേനെ.

ചിന്തകളെ ശല്യപ്പെടുത്തുന്ന സുഹൃത്തിനോടുള്ള വൈരാഗ്യബുദ്ധി
യല്ലാതെ ഫോൺ ബെല്ലടിച്ചപ്പോൾ ഞാൻ ആരെയും ഓർത്തില്ല. ചിന്ത
കൾക്ക് മുറിവേറ്റ അസഹ്യത മാത്രമാണ് മനസിലേക്കുവന്നത്. എന്നിട്ടും
മരുന്നുകുപ്പികൾ അടച്ച് സീൽ ചെയ്യുന്ന ഒരു യന്ത്രത്തിന്റെ ചടുലത
യോടെ ഞാൻ റിസീവറിലേക്ക് കൈനീട്ടി. അറിയാതെ ശബ്ദത്തിൽ വന്നു
പോയ ഗൗരവത്തോടെ 'ഹലോ' പറഞ്ഞു.

"സന്തോഷ് സ്പീക്കിങ്."

അയാളിങ്ങനെയാണ്. ഇംഗ്ലീഷിന്റെ വൃത്തികെട്ട ഉച്ചാരണത്തോടെ
യാണ് സംസാരിച്ചുതുടങ്ങുക. ഇത്തിരി മദ്യം അകത്തുണ്ടെങ്കിൽ സംഭാ
ഷണം മുഴുവനും വ്യാകരണം നഷ്ടപ്പെട്ട ഇംഗ്ലീഷിലാവും. ഇത്തവണ
സന്തോഷ് സംസാരിച്ചത് വിറയ്ക്കുന്ന ഇംഗ്ലീഷിലാണ്.

"സോറി ഉണ്ണീ, ഐ കാൻഡ് കം ടുഡേ."

"എന്തുപറ്റി?" എന്റെ ചോദ്യത്തിൽ ഈർഷ്യ കലർന്നിരുന്നില്ലെന്ന്
ഞാൻ അത്ഭുതത്തോടെ തിരിച്ചറിഞ്ഞു.

"ഐ ഹാവ് ടു ഗോ ടു ബീഹാർ. ജസ്റ്റ് ആൻ ഒഫീഷ്യൽ ട്രിപ്പ്."
ലഹരിസൃഷ്ടിച്ച ഉശിരോടെയാവണം അയാൾ നിർത്താതെ സംസാ

അനു വാര്യർ

രിച്ചുകൊണ്ടിരുന്നു. എനിക്ക് കേൾക്കാനുള്ളതൊന്നുമല്ല അയാൾ പറ
യുന്നതെന്നുറപ്പുവരുത്തി മെല്ലെ റിസീവർ താഴ്ത്തിവച്ച് ഞാൻ സ്വയം
ഹത്യകളുടെ ലോകത്തേക്കു മടങ്ങി. അന്നാമരിയയെക്കാൾ ഇപ്പോഴെന്റെ
ചിന്തകളിൽ ആത്മഹത്യയാണ്. അന്ന അതിലേക്കു കടന്നുവന്ന ഒരംഗം
മാത്രം – സുദേശാണ് അതിലെ പ്രധാന കഥാപാത്രം. എത്ര ശ്രമിച്ചാലും
ആട്ടിയോടിക്കാനാവാതെ ആത്മഹത്യയുടെ തെളിഞ്ഞമുഖവുമായി എനി
ക്കു മുന്നിൽ നിൽക്കുന്നതയാളാണ്.

സുദേശിന്റെ മുഖം എന്റെ ഭാവനയിൽ മാത്രമാണ് ഞാൻ കാണു
ന്നത്. അതൊരു സൗകര്യമാണ്. ഒരിക്കലും കണ്ടിട്ടില്ലാത്ത ഒന്നിനെയാകു
മ്പോൾ എനിക്കിഷ്ടപ്പെട്ട രൂപത്തിലൊക്കെ സങ്കൽപ്പിക്കാം. ഓർക്കാൻ
ശ്രമിക്കുന്തോറും മനസിലേക്കുവരുന്നത് ഒരേ രൂപം മാത്രമാണ്. വെളുത്ത
ബാൻഡേജുകൾ വരിഞ്ഞുമുറുക്കിയ ഒന്നുമല്ലാത്ത ഒന്ന്. അതിനുള്ളിൽ
ഇന്നലെവരെ ഉണ്ടായിരുന്ന മുഖമെങ്ങനെയുള്ളതായിരുന്നിരിക്കണം? ഒരു
ചിത്രം വരപ്പുകാരന്റെ കൗതുകത്തോടെ അതോർക്കാൻ തുടങ്ങി. എന്നി
ട്ടും ഒന്നും, ഒരു രൂപവും തെളിഞ്ഞുവന്നില്ല. സുദേശ്‌ഘോഷിന്റെ മുഖ
ത്തിന്റെ സ്ഥാനത്ത് പണ്ടുമുതൽക്കേ ഒരു വെളുത്ത താമരപ്പൂവായിരുന്നു
വെന്ന് ഒടുവിൽ ഞാൻ തീർപ്പുവരുത്തി.

അന്നയും ആരോടും യാത്ര ചോദിച്ചല്ല പോയത്. പിരിഞ്ഞുപോകു
ന്നതിന്റെ തലേന്ന് അവൾ ഏറെ സന്തോഷവതിയായിരുന്നു. കായലരി
കത്ത് കോൺക്രീറ്റ് കൂടാരങ്ങൾക്കും മൈതാനത്തിനും മധ്യേ, അഴുക്കു
ചാലിൽ പ്രതിബിംബങ്ങൾ തെളിയിക്കുന്ന ഭംഗിയുള്ള പാലത്തിൽനിന്ന്
അവൾ പറഞ്ഞു, "കടലിനാണ് കൂടുതൽ സൗന്ദര്യം. അതെപ്പോഴും ചലി
ച്ചുകൊണ്ടേയിരിക്കും, ഹൃദയംപോലെ."

രാത്രി മമ്മയോടും അവൾ ഹൃദയത്തെക്കുറിച്ച് പറഞ്ഞിരുന്നുവത്രേ.
അവരുടെ കാതുകളിൽ അപ്പോൾ കടലിന്റെ നിലവിളി മുഴങ്ങിയിരുന്നു
വെന്ന് മമ്മ പിന്നീട് പറഞ്ഞു. പിന്നീട് ചലനമറ്റ ഹൃദയവുമായി അന്നയെ
ഒരു നോക്കുകണ്ടപ്പോഴേ എനിക്ക് തോന്നിയത് സമുദ്രങ്ങളെല്ലാം ചലന
മറ്റവയായെന്നാണ്.

സുദേശ്‌ഘോഷിന്റെ ദിവസങ്ങളെ, കിട്ടിയേടത്തോളം അറിവുകൾ
വച്ച് കീറിമുറിച്ചിട്ടും ഒരു കാരണത്തിലേക്ക് കടന്നെത്താൻ മനസിനാവു
ന്നില്ല. ജീവിതത്തിൽ ഒരുപാടുത്തരവാദിത്വങ്ങൾ ബാക്കിയുണ്ടെന്നു വിശ്വ
സിച്ചിരുന്ന അയാൾ വെറുമൊരു സൗന്ദര്യപ്പിണക്കത്തിൽ മനംമടുത്ത്....
ഏയ്, അതൊന്നുമാവില്ല. മനസ്സ് സ്വയം ശാസിച്ചു.

അനാമികയുടെ ചോദ്യമാണോർമ വന്നത്. "എന്തിനും ഒരു കാര
ണം വേണമെന്ന് നീയെന്തിന് നിർബന്ധം പിടിക്കുന്നു? ചിലതിന്റെ
യൊക്കെ കാരണങ്ങളിൽ ശൂന്യതയുടെ നിറങ്ങൾ മാത്രമേയുണ്ടാവൂ."

ഇത്തരം ചിന്തകൾ സൃഷ്ടിക്കുന്നത് ദോഷകരമായ ശൂന്യത മാത്ര

മാണെന്ന് ഞാനവളോട് പറഞ്ഞതാണ്. കാരണങ്ങളും ഉത്തരവാദികളു മില്ലാതെ കാര്യങ്ങളുണ്ടായാൽ, വണ്ടിക്കാരനില്ലാതെ, ലക്ഷ്യമില്ലാതെ പായുന്ന മുടന്തൻ കുതിരയായി സംഭവങ്ങൾ അവതരിച്ചാൽ? എല്ലാം വളരെ പെട്ടെന്ന് ഒന്നുമല്ലാതായിത്തീരില്ലേ?

ശൂന്യതയും ഒരു മറുപടിയായി പ്രത്യക്ഷപ്പെടാനാവുമെന്ന് ഞാൻ ചിന്തിച്ചുതുടങ്ങിയതിപ്പോഴാണ്. സുദേശിന്റെ ജീവിതത്തെക്കുറിച്ച് ചിന്തി ച്ചപ്പോൾ മാത്രം. ജീവിക്കാൻ ഒരുപാട് കാരണങ്ങളുള്ളപ്പോഴും ജീവി ക്കാതിരിക്കാനുള്ള കാരണമില്ലായ്മയിലേക്ക് ആകർഷിക്കപ്പെട്ടുപോയ മന സിലേക്ക് ഞാൻ വല്ലാതെ അടുത്തുപോയിരിക്കുന്നു.

അന്നാമരിയയെ മനസിലാക്കുന്നതിലും ഞാൻ തോറ്റുപോയിരിക്കു ന്നു. അത് തിരിച്ചറിയുമ്പോൾ ഉയർന്നുവരുന്ന ഒരു ചോദ്യമുണ്ട്. ഒരാളെ മനസിലാക്കുകയെന്നാൽ അയാളുടെ ചെയ്തികൾക്കെല്ലാം കാരണം നിര ത്തുകയെന്നാണോ?

"ഏയ് വെറുതെയാണ്, പ്രത്യേകിച്ചൊന്നുമില്ല," എന്നൊരു ചെയ്തി യെ വിശദീകരിക്കുമ്പോൾ അതിനും വെറുതെയെന്നൊരു മറുപടിയെ ങ്കിലും നൽകാതെ രക്ഷയില്ലെന്ന വ്യർഥബോധത്തിലാണ് നാമെത്തുക. 'വെറുതെ' എന്നൊരു കാരണമെങ്കിലുമില്ലാതെ നമുക്കു മുന്നിൽ ഒന്നും സംഭവിക്കാൻ പാടില്ലെന്ന് ശാഠ്യംപിടിക്കുക. എങ്കിലും സുദേശ്ഘോഷ് ഉയർത്തുന്ന ചോദ്യത്തിന് വെറുതെ എന്നൊരു മറുപടി പറഞ്ഞ് പുറം തിരിഞ്ഞ് നിൽക്കാൻ എനിക്കാവുന്നില്ല. പത്രത്താളുകളിലെ ആത്മഹ ത്യാവാർത്തകളിൽപ്പോലും പിരമിഡിന്റെ താഴേയറ്റത്ത് ജീവിതനൈരാ ശ്യമെന്നെങ്കിലും ഒരു പൊലീസുകാരന്റെ അഭ്യൂഹത്തെ കുരുക്കിയെ ടുത്ത് മരണകാരണമാക്കാൻ ഞങ്ങൾ മിനക്കെടാറുണ്ട്.

സുദേശിൽ നിന്നാണോ അന്നയിൽ നിന്നാണോ ഞാൻ ഉറക്കത്തി ലേക്ക് കടന്നുപോയതെന്ന് ഓർക്കുന്നില്ല. കണ്ണുകളടഞ്ഞപ്പോഴും ഞാൻ കുരുങ്ങിക്കിടന്നത് കാരണങ്ങളുടെ വേരിൽ തന്നെയായിരുന്നു. അതോ കാരണമില്ലായ്മയുടെയോ? എന്തായാലും ഉണർന്നെഴുന്നേറ്റത് സുദേശി ലേക്കാണെന്ന് ഉറപ്പാണ്.

സുദേശിന്റെ സംഭവത്തിന് ഒരുകാരണം സൃഷ്ടിക്കുകയെന്ന ആവ ശ്യം ശല്യപ്പെടുത്തി തുടങ്ങിയപ്പോഴാണ് അമലേന്ദു മുഖർജിയെന്ന പേര് മനസിലേക്കുവന്നത്. ഫോണിൽ സൗഹൃദത്തിന്റെ സ്വരം എറിഞ്ഞുതന്ന ഡംഡം സ്റ്റേഷനിലെ ഇൻസ്പെക്ടർ. കൃഷിത്തടങ്ങൾ ചികഞ്ഞ് കുഞ്ഞു പുഴുക്കളെ പുറത്തെടുക്കുന്ന തള്ളക്കോഴിയുടെ മിടുക്കോടെയാണ് പൊലീസുകാർ കാരണങ്ങളിലേക്കിറങ്ങുക. മനസിലെഴുതി വയ്ക്കാ നൊരു കാരണത്തിന്റെ ആവശ്യകത എന്നെ വീണ്ടും നഗരത്തിലേക്ക് തള്ളിയിറക്കി.

ട്രെയിനിൽ, ഉഷ്ണം വിതച്ചുതുടങ്ങിയ പകലിലും കമ്പിളി വസ്ത്ര

ങ്ങളിൽ മൂടിപ്പൊതിഞ്ഞിരുന്ന ബീഹാറി വൃദ്ധനെ കണ്ടപ്പോൾ ഒരു ചെറു പുഞ്ചിരി ചുണ്ടിലേക്കിഴഞ്ഞുകയറി. അടുത്ത് കമ്പ്യൂട്ടർ വാർത്തകൾ നിറഞ്ഞ മാഗസിൻ മറിച്ചുകൊണ്ടിരുന്ന യുവാവിനോട് അയാൾ കയർക്കു ന്നതുകണ്ടു. "എല്ലാവർക്കും വേണ്ടത് കാരണങ്ങളാണ്. തണുപ്പെന്നൊരു കാരണം കാത്തിരിക്കയാണ് നിങ്ങളെല്ലാം കമ്പിളിയിൽ പൊതിയാൻ. എനിക്കങ്ങനെ കാരണമൊന്നും വേണ്ട. ഒരു കമ്പിളി പുതയ്ക്കുന്നതിനു കാരണം വേണമെന്നുവച്ചാൽ. ഇതൊന്നുമില്ലാതെ ജീവിക്കാനാവുമോ യെന്ന് ഞാനൊന്നു നോക്കട്ടെ. കാരണങ്ങൾക്കപ്പുറം ഉത്തരവാദിത്തമൊ ന്നുമില്ലാത്ത വൃത്തികെട്ട ചെറുപ്പക്കാർ." വൃദ്ധൻ സംഭാഷണം തുടർന്നു കൊണ്ടുതന്നെ ഗിരീഷ് പാർക്കിൽ ഇറങ്ങിപ്പോയി. ഡംഡമിൽ, കാലിയായ വണ്ടിയിൽ നിന്നിറങ്ങി ഞാനും ഒരു ചുവന്ന നിറമുള്ള കെട്ടിടം തേടി നടന്നുതുടങ്ങി.

ഒൻപത്

അനാമിക ചക്രവർത്തി: (പ്രണയത്തിന്റെ വിശദീകരണങ്ങൾ)

നിലാവും സുഖമുള്ള തണുപ്പും കലർന്ന ഈ രാത്രി പ്രണയത്തെ ക്കുറിച്ചു ചിന്തിക്കാൻ പറ്റിയതുതന്നെ. പക്ഷേ, എന്റെ പ്രശ്നം എനിക്ക് ആ വാക്കിനെ ഇനിയും മനസിലാക്കേണ്ടതുണ്ട് എന്നതാണ്. മധുമാല യുടേതുപോലെ കവിതയുടെ സ്വരത്തിൽ അതിനെക്കുറിച്ച് സംസാരി ക്കാനൊന്നും എനിക്കറിയില്ല. നാടകാന്തം കവിത്വമെന്ന് പൗരാണികത യിലെങ്ങോ നിന്ന് ഉണ്ണി കടമെടുത്ത വാക്കുകൾ സുദേശിനെ ചൂണ്ടി യൊന്നു പറയാൻ തോന്നിയതാണ്. പക്ഷേ, ആ കവിത അവസാനിച്ചിട്ടി ല്ലെന്ന് ചിന്തിക്കുന്നതാണ് നല്ലതെന്ന് ആരോ ഓർമിപ്പിച്ചു. പ്രണയമെന്താ ണെന്ന് എനിക്കിപ്പോഴും അറിയാനായിട്ടില്ല. അഥവാ അറിഞ്ഞാലും എന്റെ പരുക്കൻ മനസിന് കാല്പനിക സ്വരങ്ങളെ ഉൾക്കൊള്ളാനാവില്ല.

ഉണ്ണിയെ ഞാൻ പ്രണയിക്കുന്നുവോ എന്ന് സംശയിക്കാൻ എന്നെ പ്രേരിപ്പിച്ചത് ഞങ്ങൾക്കിടയിൽ വന്നുപെട്ട കഴിഞ്ഞ രണ്ടുദിവസങ്ങളാണ്. സൗഹൃദത്തിന് അതിരുകളില്ലെന്ന് പരസ്പരം ഉറപ്പുപറയുമ്പോഴും ഒന്നു പ്രേമിച്ചു നോക്കാനാണ് ഞങ്ങൾ രണ്ടാളും ശ്രമിക്കുന്നതെന്നു മനസ്സ് പറഞ്ഞതിന്നാണ്.

സുദേശും മധുമാലയും പ്രണയിക്കുന്നുവെന്ന വസ്തുത അംഗീക രിക്കാൻ എനിക്കല്പം ബുദ്ധിമുട്ടേണ്ടിവന്നു. എന്നെ സംബന്ധിച്ചിട ത്തോളം സ്നേഹം എന്ന വാക്കിന് പ്രേമം എന്നൊരു പരിഭാഷ ആവശ്യ മായിരുന്നില്ല. ഒരാൾ മാത്രമേ സ്നേഹിക്കപ്പെടാവൂ എന്നൊരു നിബന്ധ നയും. ഇതൊക്കെ ജീവിതത്തിന്റെ ആഡംബരങ്ങളാണെന്ന ധാരണ തെറ്റായിരുന്നോയെന്ന് സംശയിക്കാൻ ഉണ്ണിയെന്നെ ഇപ്പോഴും നിർബന്ധി ക്കുകയാണ്. സുദേശിന്റെ ആശുപത്രിമുറിയിൽനിന്നും പുറത്തിറങ്ങിയ

പ്പോൾ മുതൽ എന്നെ ആ ഒരു വാക്ക് വേട്ടയാടുകയാണ്. മധുമാലയെ ഉപദേശിക്കുമ്പോഴും അവളുടെ വാക്കുകൾ ഹൃദയംനീട്ടി സ്വീകരിക്കു മ്പോഴുമൊന്നും ഞാൻ പ്രണയത്തെക്കുറിച്ച് ചിന്തിച്ചേയില്ല. വെറും ഒരു ബന്ധത്തിനപ്പുറം അതിൽ എന്താണുണ്ടാവുകയെന്ന് എനിക്കറിയില്ലായി രുന്നു എന്നതാണു സത്യം. മനസിലാക്കലുകളുടെയും തിരിച്ചറിവുകളു ടെയും റേഡിയസ് ഒരുപോലെ നിൽക്കുന്നിടത്ത് കോമ്പസ് ജനിപ്പിക്കുന്ന വൃത്തത്തിന് ബന്ധങ്ങൾ എന്നതിനപ്പുറം പ്രണയമെന്ന് പേരുകൊടുക്കാ നാവില്ലെന്ന് സുദേശിന്റെ മുഖമില്ലാത്ത രൂപം എനിക്ക് പറഞ്ഞുതന്നതാ വണം. ഉണ്ണിയുടെ സാമീപ്യം തെളിയിച്ചുതന്നതാവണം.

മറ്റുള്ളവർക്കു മുന്നിൽ ഒരു ചിന്തകയുടെ വേഷം എടുത്തണിയുക എന്റെ പതിവാണ്. ജീവിതത്തെക്കുറിച്ച് സങ്കീർണമായ ചർച്ചകൾ നടത്തി ചങ്ങാതികളെ പരാജയപ്പെടുത്തുക ഏറെ പ്രിയവും. പക്ഷേ, ഉണ്ണി ക്കൊപ്പം പലപ്പോഴും എന്റെ കുട്ടിത്തം പുറത്തുവരുന്നു. മുഖംമൂടികളുടെ കെട്ടഴിക്കാൻ പ്രണയത്തിന് കഴിയുമെങ്കിൽ ഇതു പ്രണയം തന്നെയാവ ണം. മനസിന്റെ സുഖമെന്നു പ്രണയത്തിന് പേരുകൊടുക്കാമെങ്കിൽ സുദേശിന്റെ മുഖമില്ലായ്മ എന്റെ മുന്നിൽ ഒരു ചോദ്യചിഹ്നമായേക്കും. ഒരുപക്ഷേ, ശരീരത്തിന്റെ നോവ് മനസിന് സംഗീതപൂർണമായ സുഖ മായേക്കാം. കൈയിലുള്ളത് ബോംബാണെന്നും അതിനു തന്നെ കൊല്ലാ നാവുമെന്നും ഉറപ്പുണ്ടായിട്ടും ആ വസ്തു വായിലേക്കിടാനുള്ള സുദേ ശിന്റെ തീരുമാനത്തിൽ ഒരുപക്ഷേ, പ്രണയത്തിൽനിന്നും മനസ്സ് നേടുന്ന സുഖമായിരിക്കാം ഉണ്ടായിരുന്നത്. അതറിയണമെങ്കിൽ അയാൾ തന്നെ സംസാരിക്കേണ്ടിയിരിക്കുന്നു. ഒരുപക്ഷേ, അതറിയാൻ ഒരിക്കലും കഴി ഞ്ഞേക്കില്ല. എന്റെ മനസിലെ പ്രണയം ഇപ്പോൾ ഉണ്ണിയുടെ ഓഫീസ് മുറിയിലെ മേശപ്പുറംപോലെയാണ്. കലങ്ങിമറിഞ്ഞ കടലാസിൻ കൂട്ട ത്തിൽനിന്നും ഒരെണ്ണം തേടിപ്പിടിക്കാൻ ഞാൻ വല്ലാതെ മിനക്കെടേണ്ടി വരും. കണ്ടെടുക്കുന്ന കടലാസ് ശരിയായതാവാമെന്ന് ഒരുറപ്പുമില്ലതാ നും. ചിലപ്പോൾ എന്റെ തീരുമാനങ്ങളിൽ പരിഗണിക്കപ്പെടുകപോലും ചെയ്യാതെ അകന്നുനിൽക്കുന്ന ഒന്നായേക്കാം ശരി.

കോളേജിൽ ഒട്ടുമിക്കവാറും പെൺകുട്ടികൾക്ക് വിലകൂടിയ വസ്ത്ര ങ്ങളും പണത്തിന്റെയും കുലീനതയുടെയും മറ്റൊരുപാട് ചിഹ്നങ്ങളുമാണ് പ്രണയം തെരഞ്ഞെടുക്കാനുള്ള വഴി. അതാകട്ടെ വാടകയേറിയ ഏതെ ങ്കിലും ഹോട്ടൽമുറിയിലെ കിടക്കയിലും നഗ്നതയിലുമാണ് പൂർണത തേടുന്നത്. വിയർപ്പിന്റെ മെഴുക്കുപിടിച്ച നഗ്നദേഹങ്ങളും സ്ഖലിത ദ്രവ ത്തിന്റെ ദുർഗന്ധവും കടന്നുകഴിയുമ്പോൾ പുതിയ ഒരു പേജ് മറിക്കാ നാവും അവരുടെ ശ്രമം. മനസുകൾ മത്സരക്കളങ്ങളിലെപ്പോലെ തമ്മി ലടിച്ചുമാത്രം ഇടപെടുന്ന പ്രണയം. ചരിത്രത്തിന്റെ ഗാഥകൾ പാടുന്ന പ്രസിഡൻസിയുടെ പ്രണയ സംസ്കാരത്തിൽ ആധുനികതയുടെ നിറം വൃത്തികെട്ട സ്ഖലിതദ്രവത്തിന്റേതാണ്. അതുമാത്രമാണ്.

ഇവയൊന്നുമില്ലാതെ സംഗീതവും സ്വപ്നങ്ങളും മാത്രംകൊണ്ട്

അനു വാര്യർ

പ്രണയിച്ചുതുടങ്ങുമ്പോൾ മധുമാല ഒറ്റപ്പെടുകയായിരുന്നു. ഒടുവിൽ 'തമ്മിൽ ഭേദ'ത്തിന്റെ സിദ്ധാന്തവുമായി അവളെ പിന്തുണയ്ക്കാനെത്തി യവർ ഞങ്ങൾ രണ്ടുപേരാണ്. പ്രണയങ്ങളെ മുഴുവൻ തള്ളിപ്പറഞ്ഞി രുന്ന ഞാനും ചങ്ങാത്തത്തിന്റെ മനസുള്ള മോഹനും മാത്രം. രണ്ടു ദിവസം മുമ്പ് റേഡിയസുകളെ ഭേദിച്ച് പുറത്തുകടക്കാൻ അവൾ ബോധ പൂർവമല്ലാത്ത ശ്രമം നടത്തുമ്പോൾ ഞാൻ പുതിയൊരു വൃത്തത്തിലേക്ക് പ്രവേശിച്ചുതുടങ്ങിയിരിക്കണം. പ്രണയത്തിന്റെ ശൂന്യമായ വൃത്തങ്ങൾ എന്നെ ഇപ്പോൾ ഭ്രാന്തുപിടിപ്പിച്ചു തുടങ്ങിയിരിക്കുന്നു. അതിന്റെ തെറ്റു കളും ശരികളും മാത്രം കുറിച്ചുവച്ച് വൃത്തങ്ങളെ നിറയ്ക്കാൻ എനി ക്കാവുന്നില്ല. ചിന്തകളിൽനിന്ന് സ്വാതന്ത്ര്യംകൊതിച്ച് മുന്നിലെ കടലാസും പേനയും മാറ്റിവയ്ക്കുമ്പോൾ കടലാസിൽ ഓർമത്തെറ്റിന്റെ കയ്യക്ഷര ത്തിൽ എഴുതിയ പ്രണയത്തിന്റെ സമവാക്യങ്ങൾ നിറഞ്ഞിരുന്നു.

രാവിലെ കോളേജിലേക്കുള്ള യാത്രയിൽ ട്രെയിനിൽ നിറഞ്ഞ തിര ക്കിനിടയിലും ഞാനൊറ്റയ്ക്കാവും. സുഹൃത്തുക്കളെന്ന വിശേഷണ മർഹിക്കാത്ത സഹപാഠികളാരും എനിക്കൊപ്പം ചേർന്ന് അവരുടെ ദിവസ ങ്ങളെ ബോറനാക്കാറില്ല. യാത്രയ്ക്കിടയിലെ വായന ഇഷ്ടപ്പെടാത്ത ദിവസങ്ങളിൽ മറ്റുള്ളവരെ ശ്രദ്ധിക്കലാവും എന്റെ പണി. ഈ ഒറ്റപ്പെട ലിനും അപരരുടെ മനസ്സ് തേടലിനുമിടയ്ക്കാണ് എന്നും പാർക്ക് സ്ട്രീറ്റി ലിറങ്ങുന്ന ഉയരംകൂടിയ യുവാവ് എന്റെ കൂട്ടുകാരനായത്. കേരളത്തിലെ ജനങ്ങൾക്ക് ഞങ്ങളുടെ നഗരത്തിന്റെ വിശേഷങ്ങൾ പകർന്നുനൽകുക യായിരുന്നു അയാളുടെ ജോലി. ആ മനുഷ്യനാണിന്ന് എന്റെ ജീവിത ത്തിനും പ്രണയത്തിനും മധ്യേ ഒരു കടത്തുകാരനായത്.

പ്രണയത്തെ ഇങ്ങനെയും അനുഭവിക്കാമെന്ന് സുദേശ്ഘോഷ് തന്റെ മുഖമില്ലാത്ത ശരീരംകൊണ്ട് പറയുന്നു. അയാളത് സ്വയം പറയു കയാണോ, മധുമാലയെ മനസിലാക്കുകയാണോ എന്ന് കാഴ്ചക്കാരി യായ എനിക്ക് അറിയാനാവുന്നില്ല. അയാൾക്കും മധുമാലയ്ക്കുമിടയിൽ സംഭവിച്ചത് റേഡിയസുകളുടെ അന്തരമാണെന്ന് ഇന്നുച്ചയ്ക്ക് ഞാൻ ഉണ്ണിയോട് പറഞ്ഞതാണ്. എങ്കിലും പ്രണയത്തെ സ്വീകരിക്കുമ്പോൾ അതൊരനാവശ്യവാക്കാവും. മാസശമ്പളക്കാരന്റെ ജീവിതത്തിലേക്ക് അവ സാന ദിവസങ്ങളിൽ കടന്നുവരുന്ന പ്രശ്നങ്ങൾപോലെ, ആദ്യംമുതലേ ശരിയായി ചെലവഴിച്ചാൽ ഒഴിവാക്കാവുന്ന ഒരു പ്രശ്നം. അങ്ങനെ ഒടു വിൽ റേഡിയസ്പോലും അനാവശ്യമായേക്കാം. റേഡിയസുകൾ ആവ ശ്യമില്ലാതെയാകുമ്പോൾ വൃത്തത്തിന് വെറുമൊരു ശൂന്യതയെന്നല്ലാതെ സംഖ്യകളുടെയോ സമവാക്യങ്ങളുടെയോ നിർവചനം നഷ്ടമാകുന്നു. പ്രണയത്തിന് ജീവൻപോലും അനാവശ്യമെന്ന് പ്രഖ്യാപിക്കുന്നത് സുദേ ശിന്റെ പ്രജ്ഞയറ്റ ശരീരമാണല്ലോ.

ആരുടേയും ആത്മഹത്യകൾ തനിക്കുവേണ്ടിയാകാറില്ല. മറ്റൊരാളെ ശിക്ഷിക്കാൻ, വേദനിപ്പിക്കാൻ, പരാജയപ്പെടുത്താൻ. ഇതിനൊക്കെയാണ് ആളുകൾ സ്വയം മരിക്കുന്നത്. സ്വന്തം വിജയം ആഘോഷിക്കുന്നുവ

ന്നൊരു മറുമൊഴിയുമാവാം. പക്ഷേ, സ്വന്തം വിജയം കാണാൻ താനി ല്ലാതെയായാൽ? യാത്രക്കാരനില്ലാതെ പാഞ്ഞുപോകുന്ന തേര് അപൂർവ മായ ലക്ഷ്യത്തിലെത്തുമ്പോഴും ജയിച്ചവനൊരു പേരില്ലാതെ വന്നാൽ...! ആ വിജയത്തിനെന്തു പ്രസക്തി? എതിരാളിയുടെ തോൽവിയല്ലാതെ ആരാണ് അവിടെ വിജയിക്കുന്നത്? ആരും ജയിക്കാതെ തോൽക്കുകയോ, ആരും തോൽക്കാതെ ജയിക്കുകയോ അസാധ്യമാകുമ്പോൾ നാം ജയിച്ച് അവരെ തോൽപ്പിക്കുകയോ തിരിച്ചോ അല്ലാതെ മറ്റൊന്നും ചെയ്യാനു ണ്ടാവില്ല.

പ്രണയവും ആത്മഹത്യയും തമ്മിൽ ഒരു പാലമിട്ടുതന്നത് സുദേ ശാണ്. മധുമാല പാലത്തിന്റെ ഒരുവശത്തും സുദേശ് മറുവശത്തും നിൽക്കുന്നു. അയാൾ മരിക്കാൻ തീരുമാനിച്ചതും മധുമാല ഇപ്പോഴും ജീവിക്കുന്നതും പ്രണയം ഇപ്പോഴും നിലനിൽക്കുന്നു എന്നതുകൊണ്ടു മാത്രമാണ്. മരണത്തിലും ആ പാലം ഒടുങ്ങുന്നില്ല. ചിലപ്പോഴൊക്കെ താജ്മഹൽപോലെ, മറ്റൊരുപാട് പ്രണയസ്മാരകങ്ങൾപോലെ താഴത്തെ നദിയും കരയും കടന്ന് ശൂന്യതയ്ക്ക് മുകളിലൂടെ ആ പാലം കടന്നു പോവും. മരണത്തിന്റെയും പ്രണയത്തിന്റെയും ബിന്ദുക്കളെ ബന്ധിപ്പി ക്കാൻ എന്തെങ്കിലും വരച്ചാൽ അതൊരു രേഖയാവും. വെറുതെ അനന്ത മായി നീളുന്ന ഒരു വര, ജീവിതത്തിലൊതുങ്ങാത്ത ഒന്ന്.

ഉണ്ണിയോട് ഇതുപറയാൻ എനിക്ക് ഭയമാണ്. ഒന്നാമത് ഞാനത്ര സുന്ദരിയൊന്നുമല്ല. പ്രണയത്തിന്റെ എഴുതപ്പെട്ടുപോയ വഴികളിൽ അതി നുമൊരു സ്ഥാനം നൽകാതെയാവില്ലല്ലോ. പിന്നെ ചിന്തയുടെ കാര്യ ത്തിൽ അവൻ പലപ്പോഴും എനിക്ക് മീതെയാണ്. 'ഞാൻ നിന്നെ സ്നേ ഹിക്കുന്നു' എന്ന് പറഞ്ഞാൽ തീർച്ചയായും അവനും അതുതന്നെ പറ ഞ്ഞേക്കും. പക്ഷേ, 'നീ എന്നോളം മറ്റാരെയും സ്നേഹിക്കാൻ പാടില്ല' യെന്ന് പറഞ്ഞാൽ.... പ്രണയത്തിന്റെ അർത്ഥം അതാണെന്ന് തോന്നു ന്നു, സ്വാർഥത!

രാത്രിയിൽ ഫോണിലേക്ക് പലതവണ കൈനീണ്ടിട്ടും വിളിക്കാൻ മനസ്സ് സമ്മതിച്ചില്ല. ഞാൻ ഉണ്ണിയെ പ്രേമിക്കുന്നുവെന്ന വസ്തുത എന്നെ അത്രമാത്രം അമ്പരപ്പിച്ചുകളഞ്ഞു. ഞാനിത്ര അമ്പരപ്പിലിരിക്കു മ്പോൾ അവനിതറിഞ്ഞാൽ എന്താകുമെന്നാണ് ഞാനിപ്പോൾ ചിന്തിക്കു ന്നത്.

പ്രണയം സ്വന്തം ജീവിതത്തോട് മാത്രം സൂക്ഷിക്കുന്ന കൂട്ടരുണ്ട്. ദിവസംതോറും തങ്ങളുടെ ജീവിതത്തിലുണ്ടാകുന്ന കൊച്ചുകൊച്ചു കാര്യ ങ്ങളെ മാത്രം പ്രേമിക്കുന്നവർ. തികഞ്ഞ പിശുക്കന്റെ മനസാണവർക്ക്. തന്റെ സ്നേഹംപോലും അന്യനിലേക്കു പകർന്നുപോയാൽ സ്വത്തുക്ക ളാകെ നശിച്ചുപോകുമെന്നാണവരുടെ കണക്കുകൂട്ടലെന്നു തോന്നും. ജീവിതത്തെ ആർക്കു മുന്നിലേക്കും തുറന്നുകാട്ടാൻ ഇഷ്ടമില്ലാതെ അവനവനിൽ മാത്രം ഒളിച്ചുവയ്ക്കുന്ന ഉദ്വേഗങ്ങളുടെ മനുഷ്യർ. സമൂഹ വുമായി മനസിന്റെ പോലും കെട്ടുപാടുകളില്ലാത്തവർ.

ഞാനിപ്പോൾ വല്ലാതെ മടുത്തിരിക്കുന്നു. എന്റെ ക്ലോക്കിലെ രണ്ടു കിളികളും ചേർന്നു പുതിയ ദിവസത്തെ പന്ത്രണ്ടുതവണ ചിലച്ചുണർത്തിയിട്ട് അരമണിക്കൂർ കഴിഞ്ഞിരിക്കുന്നു. മനസിനൊപ്പം കണ്ണുകളും ഉറക്കത്തെ സ്വീകരിക്കുന്നില്ല. ഹൃദയം ഇപ്പോൾ ഒരു പ്രണയത്തിൽ കുരുങ്ങിയാണ് മിടിക്കുന്നത്. അല്ല, അതിൽ മാത്രമല്ല. ആശുപത്രി മുറിയിൽ ഞാൻ കണ്ട രണ്ടുമുഖങ്ങളിലും. ഓ, പിന്നെയും തെറ്റി. ഒരു മുഖത്തിലും ഒരു ശരീരത്തിലും. സുദേശിന്റെ മുഖം എനിക്കു മുമ്പിലുണ്ടായിരുന്നില്ലല്ലോ. ഉണ്ണി എന്നോട് ഒരുപാട് തവണ പറഞ്ഞതുപോലെ മുഖം നഷ്ടപ്പെട്ട ഒരാളായിട്ടാണല്ലോ സുദേശിനെ ഇന്നു കണ്ടത്.

സത്യത്തിൽ മുഖമില്ലാതാകൽ ഒരു വലിയ ചതിയാണ്. എല്ലാ മനുഷ്യരും തിരിച്ചറിയപ്പെടുന്നത് സ്വന്തം മുഖത്തിലൂടെയാണ്. സ്വയം വിളിച്ചുപറയാൻ ഒരു മുഖമില്ലെന്നു വന്നാൽ? അയാൾ കഥകളിലെ ഒരു പേരു മാത്രമാകും. സുദേശ്ഘോഷ് ഇപ്പോൾ മുഖമില്ലാത്ത, വ്യക്തിത്വം നഷ്ടമായ ഒരാളാണ്. ഉണ്ണിയുടെയോ മോഹന്റെയോ മുഖമാണിനി അയാളിൽ പതിക്കുന്നതെങ്കിൽ അയാൾ അവരിലാരെങ്കിലുമാവാം. മുഖത്തിലാണൊരാളിന്റെ വ്യക്തിത്വമെന്നങ്ങവകാശപ്പെട്ടാൽ... ചിലപ്പോഴെങ്കിലും അംഗീകരിച്ചുകൊടുക്കാതിരിക്കാനാവില്ല.

മുറിക്കുള്ളിൽ ഭവേന്ദറിന് ഒരു കാവൽക്കാരന്റെ മുഖമായിരുന്നു – ഒരു സ്നേഹിതന്റേതിലുമേറെ. ഒരു ബോംബിന്റെ രാസസൂത്രങ്ങളിലൂടെ സുദേശിന്റെ മരണത്തിന്റെ കാവലാളാകാൻ ശ്രമിച്ച അയാളിപ്പോൾ ഒരു ജീവിതത്തിന് കാവൽനിൽക്കുന്നു; അതൊരു ജീവിതമാണെങ്കിൽ.

ഭവേന്ദറിന്റെ മുഖം എന്നെ ഓർമിപ്പിച്ചത് ഒരു കുതിരയെയാണ്. യജമാനന്റെ ഉറക്കത്തിന് കാവലായി ഉറങ്ങാതിരുന്ന സ്നേഹിക്കുന്ന കുതിരയെ. ഞാൻ പോരുംമുമ്പ് ആ പൂവ് കട്ടിലിനരികിലേക്ക് വച്ചപ്പോൾ അയാളെ ചുവപ്പ് വല്ലാതെ ആകർഷിച്ചിരുന്നുവെന്ന് തോന്നുന്നു. കുറഞ്ഞപക്ഷം അതയാളെ ശല്യപ്പെടുത്തുകയെങ്കിലും ചെയ്തുവെന്ന് ആ കണ്ണുകൾ പറഞ്ഞതാണ്. ഇവർ വിപ്ലവകാരികൾ ഇങ്ങനെ ചുവപ്പിന്റെ മിത്രങ്ങളാകുന്നതെന്തിന്? അല്ല, മിത്രമെന്ന് ഞാനെങ്ങനെ പറയാൻ? മൈത്രിയെന്ന് ഉറപ്പിച്ചു പറയാനാവുന്ന ഒന്നല്ലല്ലോ ഞാൻ അയാളുടെ കണ്ണുകളിൽ വായിച്ചെടുത്ത്. മടുപ്പോ വിരസതയോ അല്ലാത്ത എന്തോ ഒന്ന് മാത്രം.

കസാൻദ്‌സാക്കീസിന്റെ ഒരു പുരോഹിതൻ നിലവിളിക്കുന്നുണ്ട്, "ദൈവമേ, നിന്റെ പതിപ്പുകളായി നീ സൃഷ്ടിച്ച മനുഷ്യനെ എനിക്ക് മനസിലാവുന്നില്ലല്ലോ"യെന്ന്. സുദേശ്ഘോഷിനെയും ഭവേന്ദറിനെയും ഉണ്ണിയെയും മധുമാലയെയുമൊക്കെ ചൂണ്ടി ഞാനിതാവർത്തിക്കേണ്ടി വന്നേക്കും. ഒരുപക്ഷേ, എന്റെ വിരലുകൾക്ക് എന്റെ നെഞ്ചിലേക്കുതന്നെ ഉയരേണ്ടി വരില്ലെന്ന് പറയാനാവുന്നതെങ്ങനെ? ആർക്കും ആരെയും മനസിലാവാതെ വരുമ്പോഴാവും മടുപ്പുവരിക. മറ്റുള്ളവരുടെ ജീവിതത്തോടുള്ള മടുപ്പ് സ്വയം പ്രകടിപ്പിക്കുമ്പോഴാണ് സുദേശ്ഘോഷിനെപ്പോലു

ള്ളവർ പത്രവാർത്തകളാവുന്നത്. അഗ്നിപടരുന്ന മനസുകളാവണം സാഹ
സികതയുടെ പൊട്ടിത്തെറിയിലകപ്പെട്ടുപോകുന്നത്. ഒരു ജീവിതത്തിന്റെ
ചിട്ടയില്ലാത്ത പൊട്ടിത്തെറിപോലെ ചിന്തകളിലാകെ സുദേശ്ഘോഷ് കട
ന്നുകൂടിയിരിക്കുന്നു. പൊട്ടിത്തെറിച്ച് കഷണങ്ങളാകുന്ന ശരീരത്തിലും
മുറികൂടുന്ന പ്രണയമെന്ന അത്ഭുതവും.

മധുമാലയ്ക്കും സുദേശിനും ഇപ്പോഴും – പൊട്ടിത്തകർന്നുപോയ
ചില്ലുകളെ ഒരുമിച്ചു ചേർക്കാൻ ശ്രമിക്കുമ്പോഴും – പ്രണയത്തിന് പങ്കജ്
ഉധാസിന്റെ മധുരസ്വരമാണ്. എനിക്ക് പണ്ടുതൊട്ടേ പങ്കജിന്റെ ഉല്ലാസം
പകരുന്ന ശബ്ദത്തിലുമിഷ്ടം ജഗ്ജിത്തിന്റെ വേദന തുടിക്കുന്ന പതിഞ്ഞ
ശബ്ദമാണ്. ഉണ്ണിയെ ഞാൻ പ്രണയിക്കുകയയാണെങ്കിൽപ്പോലും ജഗ്ജി
ത്തിന്റെ സ്വരമേ അതിനുള്ളൂ. ഗാർഗിയുടെയും മൗഷ്മിയുടെയും സ്വപ്ന
യുടെയും ഒക്കെ പ്രണയത്തിനു വേഗതമേറിയ പോപ്പ് സംഗീതത്തിനോ
ടാവാം സാദൃശ്യം. ഒരുവട്ടം ചുറ്റിത്തീരുമ്പോഴേക്കും മടുപ്പുതോന്നിക്കുന്ന
സ്വരവൈകൃതങ്ങളുടെ കാസറ്റ് പാട്ടുകൾ.

നഗരത്തിലെ ബംഗാളികൾക്ക് സ്വന്തം ഭാഷയെക്കാൾ ഇംഗ്ലീഷി
നോടും ഹിന്ദിയോടും ഭ്രമമാണെന്ന് എനിക്കു മുന്നിൽ ഒരിക്കൽ സുദേശ്
മധുമാലയോട് പറഞ്ഞു: അവൾ ചിരിച്ചു മറുപടി പറഞ്ഞതിങ്ങനെയാണ്.
"എന്തും ഉൾക്കൊള്ളാനുള്ള വിശാലമനസാണ് ഞങ്ങളുടേതെന്ന് മനസി
ലായില്ലേ?"

ഒരു ഓർമപ്പെടുത്തലിന്റെ ബുദ്ധിമുട്ട് കലർന്ന സ്വരത്തിൽ സുദേശ്
പറഞ്ഞു, "ഞാനും നഗരവാസിയാണ്."

സ്വയം വിളിച്ചുപറയാതെ വിശ്വസിക്കാനാകാത്ത ഒന്നായിരുന്നു അത്.
നഗരവാസിയുടെ കൃത്രിമ ബുദ്ധിയോ സ്വാർത്ഥതയോ ഉപചാര
ബോധങ്ങളോ അയാളിലുണ്ടായിരുന്നില്ല. മധുമാലയുമായുള്ള പ്രണയ
ത്തിൽപ്പോലും നഗരത്തിന്റെ 'ഫാസ്റ്റ് ഫുഡ് സംസ്കാര'ത്തെ അയാൾ
ഒഴിച്ചുനിർത്തിയിരുന്നല്ലോ.

സുദേശ് ഇനിയെന്താവും ചെയ്യുക? ആരുടെയെങ്കിലും മുഖം സ്വീക
രിച്ച് ജീവിക്കുമോ? അതോ ഉണ്ണി പറഞ്ഞ ഏതോ ഒരു കഥാപാത്രത്തെ
പ്പോലെ തകർന്നുപോയ മുഖവുമായി ജീവിക്കുമോ? ഇതു രണ്ടുമല്ലാതെ
അയാൾക്കുമുന്നിൽ മറ്റൊരു വഴിയുമില്ലേ? എനിക്കറിയില്ല.

തെരഞ്ഞെടുക്കുന്ന പാതയേതായാലും തന്റെ സ്നേഹത്തെക്കൂടി
അയാൾക്കു കൊണ്ടുപോകേണ്ടിവരും. ഉപേക്ഷിക്കപ്പെടാൻ മനസില്ലെന്ന്
മധുമാല പറഞ്ഞുകഴിഞ്ഞു. ഒരാഴ്ചയ്ക്കുള്ളിൽ കുടുംബത്തിന്റെ കെട്ടു
പാടുകളെ വലിച്ചെറിഞ്ഞ് മധുമാല ദാസ് സുദേശ്ഘോഷിനൊപ്പം
ജീവിതം തുടങ്ങുമെന്ന് അവൾ എന്നോട് പറഞ്ഞു. അതിനെ ജീവിത
മെന്നു വിശേഷിപ്പിക്കാമെങ്കിൽ അതിനവൾക്ക് ഭാഗ്യമുണ്ടാവട്ടെയെന്നാണ്
ഞാനവളെ ആശംസിച്ചത്.

എനിക്കുമുന്നിൽ വാച്ച് ചലിക്കുന്നത് ഭ്രാന്തവേഗത്തിലാണെന്നു
തോന്നുന്നു. സമയം മൂന്നുകഴിഞ്ഞിരിക്കുന്നു. ഇടയ്ക്കെപ്പോഴോ ഞാനൽ

പ്പം ഉറങ്ങിയിട്ടുണ്ടാവണം. കാരണം, അപ്പോൾ കണ്ട ഒരു പ്രണയസ്വപ്ന
ത്തിന്റെ അവസാനഭാഗത്തിലാണ് എന്റെ ഘടികാരം മൂന്നുതവണ ശബ്ദി
ച്ചത്.

ഞാനിപ്പോൾ ടെലിഫോണിലേക്ക് കൈകൾ നീട്ടുന്നു. ഇടംകൈയോ
വലംകൈയോ എന്ന് സംശയിച്ചശേഷം മനസ്സ് ഇടംകൈകൊണ്ട് ഡയൽ
ചെയ്യുന്നത് ഉണ്ണിയുടെ നമ്പറാണ്. ഉറക്കംഞെട്ടിച്ച് ഉണ്ണിയെ ഞാനു
ണർത്താൻ പോവുകയാണ്. ചോദ്യങ്ങൾ ശല്യപ്പെടുത്തുംമുമ്പേ ഉത്തര
ങ്ങൾ മനസിലൊരുക്കി കഴിഞ്ഞുവെങ്കിലും രണ്ടോ മൂന്നോ ബെൽ ശബ്ദ
ങ്ങൾക്കുശേഷം ഉണ്ണിയെ ബുദ്ധിമുട്ടിക്കുന്നതിന്റെ വേദനയോടെ ഞാൻ
ഫോൺ താഴ്ത്തിവച്ച് ഉറക്കത്തിലേക്ക് യാത്രയാവുകയാണ്. ഉണർന്നെ
ഴുന്നേൽക്കുമ്പോഴത്തെ കിനാവിൽ സുദേശാണോ പ്രണയമാണോയെന്ന്
സ്വയം പന്തയം വച്ചുകൊണ്ട്....

പത്ത്

മധുമാലദാസ്: (വഴികളുടെ തുടക്കത്തിലേക്ക്)

പൊടിപിടിച്ച കടലാസുകൾക്കുമീതെ അവ്യക്തമായ നിറമുള്ള ക്ലോക്കിലെ കൂർത്ത സൂചി അഞ്ചു ബിന്ദുക്കളെ കടന്നുപോകേണ്ട സമയം കഴിഞ്ഞിരിക്കുന്നു. പക്ഷേ, അത് ചത്തിരിക്കുകയാണല്ലോ. ഞാനീ ഇരുപ്പ് തുടങ്ങുമ്പോഴും മിടിപ്പുകളില്ലാത്ത അതിന്റെ ഹൃദയം കാട്ടിയത് ഇതേസമയം തന്നെയാണ്. എനിക്കു മുന്നിൽ നിശ്ചലനായി മിടിക്കുന്ന ഹൃദയത്തോടെ ഇരിക്കുന്ന അമലേന്ദുമുഖർജി എന്ന മനുഷ്യൻ കുഞ്ഞു മരണത്തിലാണ്. മറ്റൊന്നും ചെയ്യാനില്ലാത്തപ്പോൾ ഉറങ്ങുകയെന്നത് തെറ്റല്ല. അത് പൊലീസ് സ്റ്റേഷനിലായാൽപ്പോലും. മണിക്കൂറുകൾ നീണ്ട നിശ്ശബ്ദതയിൽനിന്ന് രക്ഷനേടാൻ ഇദ്ദേഹം ശരിക്കും ഈ ഉറക്കം അർഹിച്ചിരുന്നത് തന്നെയാണ്.

പുലർച്ചെയ്ക്കുമുമ്പ് വീട്ടിൽ നിന്നിറങ്ങുമ്പോൾ ബാബ എങ്ങോട്ടു പോകുന്നുവെന്ന് ചോദിച്ചില്ല. ഭയ്യ, തലയിണയെ സ്നേഹിച്ചുകൊണ്ടുള്ള ഉറക്കം അവസാനിച്ചിട്ടില്ലായിരുന്നു. ഉണർത്തണോയെന്ന് ബാബ ചോദി ച്ചതാണ്. മറുപടി പറയേണ്ടിവന്നില്ല. തണുപ്പിനെ ഭേദിച്ച് ഇരുളിലേക്ക് നടന്നിറങ്ങുമ്പോൾ ബാബ നിശ്ശബ്ദനായി നോക്കിനിന്നേയുള്ളൂ. ഭൂമി യുടെ പകലുകളെ വെറുതെ നോക്കിക്കാണുന്ന സൂര്യനെപ്പോലെ.

അനാമികയെ കാണണമെന്നാണാദ്യം തോന്നിയത്. എന്തോ മന സിൽ വീർപ്പുമുട്ടുന്നുണ്ടായിരുന്നു. അവൾ ഒരാശ്വാസമായേക്കുമെന്ന് കരു തി. പക്ഷേ, ഡംഡമിൽനിന്നും കുദ്ഘട്ട്വരെയുള്ള ദൂരം എനിക്ക് രാത്രി യിൽ താങ്ങാവുന്നതിനുമപ്പുറമാണെന്നൊരു പ്രായോഗിക ബുദ്ധി എ പ്പോഴോ തോന്നി.

സുദു അപ്പോഴെന്നെ ശല്യപ്പെടുത്തുകയായിരുന്നില്ല. എന്തൊ

ക്കെയോ ചെയ്യാൻ പ്രേരിപ്പിക്കുകയായിരുന്നു. എന്റെ, അല്ല ഞങ്ങളുടെ ജീവിതത്തിനുവേണ്ടി. വീടുവിട്ടിറങ്ങാൻ മടിപൂണ്ടിരുന്ന എന്നെ രാത്രി യിൽ വഴിയിലേക്കിറക്കിയത് അവനാണ്. തന്റെ സ്നേഹത്തേയുംകൊ ണ്ട്. ദിവസങ്ങളുടെ ഇടവേളയ്ക്കുശേഷം ഞങ്ങൾ മനസുകൊണ്ട് സംസാരിക്കുകയായിരുന്നു. കിലോമീറ്ററുകളുടെ അകലം ശരീരങ്ങൾ തമ്മിലുണ്ടായപ്പോഴും.

അനാമികയോട് ഞാൻ ജീവിതത്തെക്കുറിച്ചുള്ള തീരുമാനം പറഞ്ഞു കഴിഞ്ഞെങ്കിലും അതത്രയ്ക്ക് പ്രായോഗികമാണോയെന്ന് പലപ്പോഴും സംശയം തോന്നി. അത് ജീവിതം തന്നെയാകുമോയെന്ന് സംശയിക്കാൻ അനാമിക ഒരു നിമിഷംമാത്രമാണ് ചെലവിട്ടത്. ദിവസം മുഴുവനും പകലും രാത്രിയും ഞാനെന്നോട് തന്നെ ഇതേ ചോദ്യം ആവർത്തിച്ചുകൊണ്ടിരു ന്നു. ഈയിടെയായി സന്ദേഹങ്ങൾ എന്നെ വല്ലാതെ ആക്രമിക്കുന്നു. ഒരിക്കൽ മനസിലൊരു പിടിയിട്ടുകഴിഞ്ഞാൽ കാട്ടുനായ്ക്കളുടെ രീതി യാണീ ആശങ്കകൾക്ക്. ജീവിതത്തിന്റെ ഒഴുക്കിനെത്തന്നെ കടിച്ചു കുട ഞ്ഞുകളയും. കൂട്ടത്തിന്റെ ആർപ്പുവിളികളൊതുങ്ങുമ്പോഴുള്ള ശൂന്യത യിൽ തെറിച്ചുവീഴുന്ന രക്തം ആരുടേതാവും? തീരുമാനങ്ങളുടേതോ, ആശങ്കകളുടേതോ?

മിനിഞ്ഞാന്ന് രാവിലെ, തലേദിവസത്തിന്റെ ഭ്രാന്തമായ ഉഷ്ണ ത്തിൽനിന്ന് മോചിപ്പിക്കപ്പെട്ട് ഉണർന്നപ്പോൾ നഗ്നതയെന്നെ വല്ലാതെ അമ്പരിപ്പിച്ചു. തണുപ്പ് മനസിലേക്കിരച്ചു കയറുമ്പോൾ പുതയ്ക്കാൻ എനിക്കു വേണ്ടിയിരുന്നതും ഒറ്റപ്പെടലായിരുന്നു.

സ്നേഹത്തിന്റെ വിയർപ്പു നാറുന്ന പതിവു പുതപ്പുകൾ വലിച്ചെ റിഞ്ഞ് നഗരത്തിരക്ക് സമ്മാനിക്കുന്ന പുതുമയുടെ ഗന്ധമുള്ള ഏകാന്ത തയിലേക്ക് ചുരുണ്ടുകൂടാൻ എനിക്ക് ധൃതിയായി.

അന്ന് കോളേജിലേക്ക് പോകാൻ സെൻട്രൽ സ്റ്റേഷന്റെ പടികയറി ഞാൻ നീങ്ങുമ്പോൾ എതിരെ സുദേശ് വന്നിരുന്നു. ആരുടെയൊക്കെയോ ശാപങ്ങൾ ബാധിച്ച ആ നിമിഷം ഞാനവനെ കാണാതിരിക്കാൻ ശ്രമിച്ചു. എനിക്ക് ഭയമായിരുന്നു. സ്നേഹത്തിന്റെ ക്രൂരമായ തലോടലിൽ എന്റെ ഒറ്റപ്പെടലിന്റെ കുമിളകളെ അവൻ പൊട്ടിച്ചുകളയുമോയെന്ന്. ഒരു മാറ്റം താങ്ങാനുള്ള കഴിവ് മനസിനുണ്ടായിരുന്നില്ല.

എനിക്കെതിരെയുള്ള കസേരയിൽ അമലേന്ദു മുഖർജി ഉണരുക യാണ്. ചുളിവുകൾ വീണ കാക്കിയുടെ ഭാരം അയാളുടെ ജീവിതത്തെ മുഴുവൻ പിന്തുടരേണ്ടതാണെന്നു തോന്നുന്നു.

ഇന്ന് സൂര്യന് തീപിടിക്കുന്നതിനുമുന്നേ, പുറത്തെ ഇരുട്ടിനെ തോൽ പ്പിച്ച്, പഴകിയ ഭിത്തികളിൽ പ്രതിഫലിക്കുന്ന മങ്ങിയ വെളിച്ചത്തിലേക്ക് കയറുമ്പോൾ ഇയാളെന്റെ മുഖത്തേക്ക് തറപ്പിച്ചുനോക്കുകയായിരുന്നു. നഷ്ടമായ നാണയത്തുട്ടു തിരയുന്ന പിശുക്കന്റെ ഭാവത്തോടെ. സ്വയം പരിചയപ്പെടുത്താനൊരുങ്ങും മുമ്പ് ഞാനാ മുഖത്ത് കാണാനാഗ്രഹി ച്ചത് അമ്പരപ്പാണ്. രാത്രിയുടെ പാതയിൽനിന്ന് ഒരു യുവതി പൊലീസ്

സ്റ്റേഷനിലേക്കെത്തുമ്പോൾ മറ്റെന്താണ് പ്രതീക്ഷിക്കാനുള്ളത്?

അപരിചിതത്വം ആക്രമിക്കാത്ത ആ കണ്ണുകൾ ഇരിക്കാനാവശ്യ പ്പെട്ടപ്പോൾ അമ്പരന്നതു ഞാനാണ്. അവ എന്റെ മുഖത്തുതന്നെ തറ ച്ചുനിൽക്കുകയായിരുന്നു. പൊലീസുകാരുടെ പ്രശസ്തമായ വഷളത്ത മില്ലാതെ. ഞാനിനി എന്താണു ചെയ്യുകയെന്ന സംശയത്തിന് തീരുമാന മെടുക്കാൻ ഇതുവരെ കണ്ടിട്ടില്ലാത്ത ഈ മനുഷ്യന്റെ സഹായം തേടി യാണ് ഞാൻ വന്നത്. എന്തൊരു വിഡ്ഢിത്തം! ചിന്തകൾക്ക് സ്ഥാനമി ല്ലാത്ത ഒരു തൊഴിലുകാരനോട് എന്റെ മിനക്കെട്ട ചിന്തകളുടെ മറുപടി തേടുക. പക്ഷേ, ഈ മുഹൂർത്തത്തിൽ ഇയാൾക്കെന്നെ സഹായിക്കാ നാവുമെന്ന് വെറുതെയങ്ങു തോന്നി. മറ്റാരും അതിനില്ലാത്തതുകൊണ്ടാ വാം. ബസുകളും റിക്ഷയുമൊന്നുമില്ലാത്ത രാത്രിയിലെ യാത്രക്കാരന് പാഞ്ഞുവരുന്ന വാഹനങ്ങളിലേതെങ്കിലുമൊന്ന് അഭയമാകാതെ വയ്യല്ലോ.

അമലേന്ദു മുഖർജി ക്ഷീണം തെളിഞ്ഞ തന്റെ കണ്ണുകൾ തുറ ന്നത് എന്റെ മുഖത്തേക്ക് തന്നെയാണ്. എന്തോ കണ്ടെത്തിയതിന്റെ ചിരി അയാളുടെ മുഖത്ത് കണ്ടിട്ടും എനിക്ക് കാരണം ചോദിക്കാനായില്ല.

"ഇപ്പോഴാണ് ഞാനത് കണ്ടത്. ആ കുരിശ്."

ഒരു ഭ്രാന്തന്റെ പുലമ്പൽപോലെയുണ്ടായിരുന്നു അത്. അല്ലെങ്കിൽ എനിക്ക് മനസിലാക്കാനുള്ളതൊന്നും അയാളുടെ വാക്കുകളിൽ നിക്ഷേ പിക്കപ്പെട്ടിരുന്നില്ല.

"സുദേശ്ഘോഷ് ഒരു ചിത്രത്തിലല്ല തീർച്ചയായും അത് വരച്ചത്. നിങ്ങളുടെ മുഖത്തുതന്നെ."

മേശതുറന്ന് ഏതോ വർണക്കടലാസിൽ പൊതിഞ്ഞ കറുത്ത പഴ്സ് മേശപ്പുറത്തേക്കിടുമ്പോൾ അതിനെ തിരിച്ചറിയാൻ, ഓർമകളെ ഏറെ ബുദ്ധിമുട്ടിക്കേണ്ടിവന്നില്ല; കാരണം, ന്യൂമാർക്കറ്റിലെ കിഴവൻ കച്ചവട ക്കാരനിൽനിന്നും അത് സുദേശിന്റെ കൈകളിലെത്തിയത് ഞാൻ വഴി യാണ്. ഞങ്ങളുടെ ചിത്രത്തിന്റെ ഭാഗം അതിൽനിന്ന് എനിക്ക് മുന്നി ലേയ്ക്ക് അയാൾ നീട്ടുമ്പോൾ ആ കുരിശിനെ ഞാനും തിരിച്ചറിഞ്ഞു. മനസിനെ പൊള്ളിച്ച് കടന്നുപോയ ഒരു തീപ്പൊരിയുടെ ചടുലതയോടെ.

അന്നുരാവിലെ തെരുവിൽ കണ്ടുകഴിഞ്ഞാണ് സുദേശ് അവന്റെ മനസിനൊപ്പം എന്റെ ചിത്രത്തിലും ഈ കുരിശു സൃഷ്ടിച്ചതെന്ന് എനി ക്കുറപ്പായിരുന്നു. ഒരു കുരിശേറ്റത്തിന്റെ മനോവേദന അന്നവൻ വിഴു ങ്ങിയിട്ടുണ്ടാവണം. അവന്റെ സ്നേഹത്തിനുനേരെ മുഖംതിരിഞ്ഞ് അവന്റെ പിൻവിളികളെ തിരസ്കരിച്ച് നീങ്ങുമ്പോൾ ഞാനെന്റെ സുദ്ദു വിനെ നിഷേധിക്കുകയായിരുന്നു. ആ നിഷേധത്തിന്റെ നീറ്റൽ മുഴുവൻ എന്റെ മുഖത്തേക്ക് ചുവന്ന മഷിയിൽ കോറിയിടുമ്പോൾ – അവനാശ്വ സിച്ചിട്ടുണ്ടാകുമോ? നിശ്ചയമില്ല. തട്ടിയെറിയപ്പെട്ട സ്നേഹത്തോട് പ്രതി കാരം തീർക്കുമ്പോൾ ആശ്വസിക്കാൻ അവന്റെ മനസിനാവുമെന്നു കരു താൻ എനിക്കുവയ്യ. പ്രതികാരത്തിലൂടെ സ്നേഹത്തിന്റെ വിഹലതകൾ നിറഞ്ഞ ഗലികളിലേക്ക് കുറേക്കൂടി കടന്നുകയറാനല്ലാതെ എന്തിനുകഴി

യും? അവൻ ഭവേന്ദറിന്റെ കൈയിൽനിന്ന് ആ വസ്തു വാങ്ങുമ്പോഴും, എന്റെ വീടിനുപുറത്ത് നിലാവുമാത്രം സാക്ഷിനിൽക്കുമ്പോൾ അത് വിഴു ങ്ങാൻ ശ്രമിച്ചപ്പോഴും ഒന്നു തീർച്ചയാണ്; സുദേശ് സ്നേഹത്തോട് വിട പറയുകയായിരുന്നില്ല; അതിന്റെ പുതിയ മുഖങ്ങളെ മനസിലേക്കേറ്റുവാ ങ്ങാൻ ശ്രമിക്കുകയായിരുന്നു. അതെ, പൊട്ടിത്തെറിക്കുന്ന സ്നേഹത്തെ മനസിലേക്ക് സ്വീകരിച്ചാണ് അവൻ യാത്രതിരിച്ചത്. എവിടെയും ഒടു ങ്ങാതെപോയ യാത്ര.

ഇടതു കൈവെള്ളയിൽ വലതുകൈ മെല്ലെ ചൊറിഞ്ഞ് പൂജക്കാ ലത്ത് ഉൾനാടുകളിലെ നാടകവേദികളിലെത്തുന്ന നടന്റെ മുഖത്തെ കടുത്ത ചായങ്ങൾ ഒഴിവാക്കി അമലേന്ദു മുഖർജി എനിക്കു മുന്നിൽ എഴുന്നേൽക്കുന്നു. ചോദ്യങ്ങളുടെ നിരയ്ക്കുള്ള മറുപടിയൊന്നും മന സിലുണ്ടായിരുന്നില്ല. ലേസർ പ്രിന്ററിനുള്ളിലേക്ക് കയറിപ്പോകുന്ന വെള്ള ത്താളുപോലെ അതും ശൂന്യമായിരുന്നു.

"നിങ്ങളുടെ മനസിനെന്താണ് സംഭവിക്കുന്നതെന്നറിയാൻ തക്ക ബുദ്ധിയെനിക്കില്ല. എന്നെ മാനസിക പ്രശ്നങ്ങൾ ഇങ്ങനെ പീഡിപ്പിച്ചി ട്ടില്ലെന്നതാണ് സത്യം." ഒരു ചങ്ങാത്തത്തിന്റെ, പ്രതീക്ഷിക്കാത്ത ശബ്ദം. അതോ സഹതാപത്തിന്റെയോ.

"ഇപ്പോൾ ഞാൻ പീഡിപ്പിക്കപ്പെടുകയല്ല." ഇത് പറയുമ്പോൾ സ്വര ത്തിൽവന്ന വേദനയുടെ ചുവ ഞാനറിയാതെ കടന്നുകൂടിയതാവണം. ഒപ്പമുണ്ടായിരുന്ന സംശയത്തിന്റെ മൈനസ് പോയിന്റ് മുകളിലേക്ക് ചലി ക്കാൻ തുടങ്ങുകയാണ്. "എനിക്കു മുന്നിൽ പീഡനത്തിന്റെ ചോദ്യങ്ങ ളല്ല. ജീവിതത്തിന്റെ പ്രശ്നങ്ങളാണ്." ഇതൊരു ജാമ്യമെടുക്കലാവണം. എന്റെ പീഡനങ്ങളിൽനിന്നും.

അയാൾ ചിരിച്ചുതുടങ്ങിയതാണ്. തെറ്റാവുമോ എന്ന സംശയത്തോ ടെയാവണം, ഇപ്പോൾ ബ്ലാക്ക്ബോർഡിലെ വരപോലെ മുഖത്ത് തെ ളിഞ്ഞ ചിരിയെയും അയാൾ ഒറ്റയടിക്ക് മായ്ച്ചു.

"നോക്ക്, ചങ്ങാതീ," അപരിചിതരോട് പെട്ടെന്ന് സ്വാതന്ത്ര്യമെടു ക്കുന്ന ഇയാൾ – അപരിചിതത്വത്തിന് സാക്ഷ്യപത്രങ്ങളില്ലല്ലോ – തീർച്ച യായും ഒരു ഗ്രാമീണനാവുമെന്ന് ഞാൻ മനസിൽ തീർച്ചപ്പെടുത്തുമ്പോൾ ഒരു നിമിഷത്തിന്റെ ഇടവേളയ്ക്കുശേഷം അയാൾ വാക്കുകളെ തിരഞ്ഞു പോകൽ നിർത്തി സംസാരിക്കാൻ തുടങ്ങി.

"ജീവിതവും പീഡനവും വലിയ വ്യത്യാസങ്ങളില്ലാത്ത രണ്ടു വാക്കു കളാണ്. നിങ്ങൾ ബുദ്ധിജീവികളുടെ മനസ്സ് അത്ര പെട്ടെന്നൊന്നും എനിക്കു പിടിതരില്ല. എങ്കിലും ഇപ്പോൾ നിങ്ങളെ സംബന്ധിച്ചിടത്തോളം പീഡനമെന്നാൽ ജീവിതമെന്ന് മാത്രമാണർത്ഥമെന്നേ എനിക്ക് മനസി ലാവൂ."

"എനിക്കറിയില്ല." ഞാൻ തോൽവി പ്രഖ്യാപിക്കുകയാണ്.

"എനിക്കറിയില്ല, എന്താണ് ഞാനനുഭവിക്കുന്നതെന്നുപോലും എനി ക്കറിയില്ല." ഇപ്പോൾ കീഴടങ്ങലിന് ഒരുപാട് മുഖങ്ങളൊന്നുമില്ല. വെട്ടേറ്റു

വീഴുന്നവന്റെ നിസ്സഹായതയിൽ തലവെട്ടാനെത്തുന്ന പടയാളിയായി കാക്കിയിട്ട് അമലേന്ദു മുഖർജി.

"അല്ല, നിങ്ങൾ അങ്ങനെ സ്വയം ആശ്വസിപ്പിക്കുകയാണ്. സ്വന്തം പീഡനത്തിൽനിന്നും തന്നെത്തന്നെ രക്ഷപ്പെടുത്തുന്നു."

തീർച്ച; ഇയാൾ ഗ്രാമീണൻ തന്നെ. തോറ്റുവീണവരോട് ഇത്ര വീറ് മറ്റാർക്കുമില്ല.

"ഞാൻ.... ഇനിയെന്താണ് ചെയ്യുകയെന്ന് ആലോചിക്കുകയായിരു ന്നു." കരുതിവച്ചിരുന്ന അസ്ത്രം അവസാന നിമിഷത്തിൽ ആവനാഴി ഒഴിച്ചുകളഞ്ഞു. സ്വയം പ്രതിരോധിക്കാൻ ഇതിലും വലിയ ആയുധമില്ല. ആരോടും എപ്പോഴും രക്ഷനേടാൻ ഈ ആയുധം പ്രയോഗിക്കാം. തോൽ ക്കുന്നിടംവരെ. എതിരാളിയോ, താൻ തന്നെയോ! മനസിൽ മറുപടി കലാ ശക്കൊട്ട് നടത്തി തുടങ്ങിയിട്ടും ഞാൻ ചോദ്യം ആവർത്തിച്ചു.

"ഞാൻ..... ഇനിയെന്താണ് ചെയ്യുക?"

അഞ്ച്മണിക്കൂറുകൾ ഞാനീ നിശ്ശബ്ദതയ്ക്ക് കാവലിരുന്നത് ഈ ചോദ്യം ചുമന്നുകൊണ്ടാണ്. ഇതിന്റെ മറുപടിയും.... എന്നിട്ടും ഞാൻ ഇയാളോട്, വെറുതെ ഉത്തരങ്ങളില്ലാത്ത ചോദ്യങ്ങളുടെ കാക്കിവ സ്ത്രവും ചുമന്ന് നിൽക്കുന്ന ഈ മനുഷ്യനോട് ചോദിക്കുന്നു: "ഇനി യെന്താണ് ചെയ്യുക?"

അയാൾ ആലോചിച്ചു. ലോകത്തിന്റെ ചലനങ്ങളെ മുഴുവൻ കൈപ്പി ടിയിലാക്കാനുള്ള ജീവിത വ്യഗ്രത പുലർന്ന കണ്ണുകളോടെ അയാൾ തേടിയത് വെറുതെ പറയാൻ ഒരുത്തരമായിരിക്കണം. ഞാൻ മണിക്കൂറു കൾക്കു മുന്നേ മനസിലൊരുക്കിയ ഉത്തരം.

"സുദേശ്ഘോഷ് ഇനിയും മരിച്ചിട്ടില്ല. അയാൾ മരിക്കാത്തിടത്തോളം നിങ്ങളുടെ ചോദ്യം എന്നെ അത്ഭുതപ്പെടുത്തുന്നു."

ഈ മനുഷ്യന്റെ ഗ്രാമമേതാവും? മറ്റേതോ ജില്ലയിൽ കത്തിയമർന്ന ഒരു ഗ്രാമത്തെയോർത്ത് മനസിൽ ചിരിക്കുമ്പോഴും ഞാൻ ശ്രമിക്കുന്നത് ഇയാളിൽ നീല ലിറ്റ്മസിനെ ചുവപ്പാക്കുന്ന അമ്ലത്തിന്റെ അപകടകര മായ ഗന്ധം ശ്വസിക്കാനാണ്.

"ചങ്ങാതീ, നിങ്ങൾക്ക് ഒരുപാട് ചെയ്യാനുള്ളപ്പോൾ എന്തിനാണിത്ര യേറെ ചിന്തിക്കുന്നത്? സുദേശ്ഘോഷ് ഇപ്പോഴും ജീവിക്കുന്നുവെന്നാൽ നിങ്ങളുടെ വഴികളിൽ വ്യത്യാസമില്ലെന്നല്ലേ അർഥം?"

അയാളുടെ സ്വരം തികച്ചും സ്വാഭാവികമായിരുന്നു. തനിക്കേറെ യൊന്നും പറയാനില്ലാത്തപ്പോൾ ആരും സ്വീകരിക്കുന്ന മുഖം. വെറുതെ സംസാരിക്കുക.

"നിങ്ങൾ സുദേശിനെ ആശുപത്രിയിൽ കണ്ടിരുന്നോ?"

ഈ ചോദ്യം എനിക്കെതിരേ ഒരു വലയാണ്. കമ്പ്യൂട്ടറിന്റെ വലിയ വലകളിലെ അഭയാർഥികളെപ്പോലെ ഞാനും. ഇല്ലെന്നെ മറുപടി ചോദ്യ ത്തിനും മുമ്പേ പറഞ്ഞതാണ്. ഞാനതാവർത്തിക്കണോ?

"ഇല്ല അല്ലേ? നിങ്ങളുടെ പ്രണയത്തിന്റെ മനഃശാസ്ത്രം ഞാനംഗീ

കരിക്കുന്നില്ല. ഇത്ര പെട്ടെന്ന് വലിച്ചെറിയാവുന്ന ഒരു ശാസ്ത്രത്തെയും, അത് പ്രണയത്തിന്റേതായാൽപോലും സ്വീകരിക്കാൻ എനിക്കാവില്ല."

ഇവിടെ ഇയാൾക്ക് തെറ്റിയിരിക്കുന്നു. പുസ്തകത്തിലെ 12-ാം അധ്യായത്തിലെ 20-ാം വരി തെറ്റില്ലാതെ പറയാമെന്നല്ലാതെ, 19-ാമത്തേതോ, 21-ാമത്തേതോ ഇയാൾക്കറിയില്ല. ഇനിയീ തെറ്റിലൂടെ വേണം എനിക്കു പിടിച്ചുകയറാൻ. പുസ്തകങ്ങളിൽ തുള വീഴ്ത്തി മറുപുറത്തേക്ക് കിടക്കുന്ന ഒരു ഇരട്ടവാലനെപ്പോലെ.

"നോക്കൂ ചങ്ങാതീ....." എന്റെ അനുകരണം അയാളെ ഞെട്ടിച്ച പ്പോൾ എനിക്കമ്പരപ്പില്ല. കാക്കിവേഷത്തിനുള്ളിൽ ചങ്ങാതിമാരില്ലെന്ന് നീയെന്നാണ് മനസിലാക്കുകയെന്ന് അയാളുടെ മനസ്സ് ചോദിച്ചേക്കും.

"നോക്കൂ ചങ്ങാതീ, ഞാൻ പ്രണയത്തെ ഉപേക്ഷിച്ചിട്ടില്ല. ഇപ്പോഴും ഞാൻ സുദുവിനെ സ്നേഹിക്കുന്നുണ്ട്. അല്ലെങ്കിൽ മുമ്പത്തേക്കാളധികം ഞങ്ങളുടെ സ്നേഹത്തിനിപ്പോൾ ശക്തിയുണ്ട്. എന്റെ ജീവിതത്തിന്റെ ബാക്കിഭാഗത്ത് സുദേശ്ഘോഷ് അല്ലാതെയൊരു പ്രണയകഥാപാത്ര ത്തിന് ഇനി കടന്നുവരാനാവില്ല."

ഞാൻ അനാമികയോട് പറഞ്ഞ തീരുമാനം ആവർത്തിക്കുകയാണ്. എന്റെ മനസിൽനിന്ന് ഒരു സംശയത്തിന്റെ ഭാരം പെട്ടെന്നൊഴിഞ്ഞുപോയ തുപോലെ. ഇന്ന് പുലർവെളിച്ചത്തിനുംമുമ്പ് വീട്ടിൽ നിന്നിറങ്ങി നടന്ന പാതയിലത്രയും ചുമന്നിരുന്ന ഒരു ഭാരം.... ഇനിയെനിക്ക് പുറകോട്ട് പോകേണ്ടതില്ല. എന്റെ സ്നേഹത്തിന്റെ വഴിയേതെന്ന സംഗീതവും, പൂക്കളുടെ സുഗന്ധവുമൊക്കെ ഏറ്റുവാങ്ങി യാത്ര തുടരാം. എങ്കിലും ഈ ധൈര്യത്തിനിടയിലും സുദേശിന്റെ മുഖമില്ലായ്മ എന്നെ വേദനിപ്പി ക്കുന്നുണ്ട്.

"അങ്ങനെയെങ്കിൽ...."

അയാൾ എന്റെ ചിന്തകളിലേക്ക് വലിഞ്ഞുകയറാൻ ശ്രമിക്കുക യാണ്. എന്റെ വിജയത്തിലേക്ക്. പരീക്ഷാക്കടലാസിലെ പൂജ്യത്തിന്റെ വില ജീവിതത്തിലൊരിക്കലും അയാളെ ഞെട്ടിച്ചിട്ടുണ്ടാവില്ല.

"അങ്ങനെയെങ്കിൽ സുദേശ്ഘോഷ് മാംസത്തിന്റെ തുണ്ടു കഷണ ങ്ങളാവാൻ നോക്കിയതെന്തിന്?"

കടലാസിൽ ഏതോ ഒരു നമ്പറിനുനേരെ ഒരു ഗുണനചിഹനംകൂടി. (വെരി പുവർ, നീഡ്സ് പ്രോപ്പർ കെയർ) എന്ന് റിമാർക്ക് കേരളത്തിൽ. അയാൾ തോൽക്കുകയാണ്.

"അത് സ്നേഹത്തിന്റെ ഒരു പൊട്ടിത്തെറിയായിരുന്നു. ആൻ ഓവർ ഡോസ് ഓഫ് ലവ്."

വെറും ഒരു ന്യായീകരണത്തിലൂടെ അമലേന്ദുമുഖർജി എന്ന പൊലീസുകാരന്റെ ചോദ്യം ചെയ്യലുകളെ ഞാൻ മലർത്തിയടിച്ചിരി ക്കുന്നു. ന്യായീകരണങ്ങൾക്ക് ഒരു വാളിന്റെ മൂർച്ചയാണ്. ശത്രുസംഹാ രത്തിന് ഉപയോഗിക്കുമ്പോൾ പ്രത്യേകിച്ചും.

പരാജയത്തിന്റെ കയ്പിൽ നാവുചെടിച്ച് അയാൾ നിൽക്കുമ്പോൾ

അനാമികയുടെ കൂട്ടുകാരൻ ഹാഫ്ഡോറുകളെ വല്ലാത്തൊരു വൈരാ
ഗ്യത്തോടെ തള്ളിമാറ്റി മുറിക്കുള്ളിലേക്ക് കടന്നുവരുന്നു. ഒരു പരിചയ
പ്പെടുത്തലിന്റെ അനായാസതയ്ക്കുശേഷം അയാൾ – ഓർമയിലില്ലാത്ത
ഒരു രണ്ടക്ഷരപ്പേരുകാരൻ – എന്റെ കസേരയിലേക്ക് മുഖംതിരിച്ച് അമ്പര
പ്പോടെ നിൽക്കുന്നു. അയാൾ എന്തെങ്കിലും ചോദിക്കുന്നതിനെക്കുറിച്ച്
ചിന്തിക്കുന്നതിനുംമുമ്പ് ഞാൻ പകലിന്റെ ചെറുചൂടിൽ പൊതിഞ്ഞ സുഖ
ത്തിലേക്കിറങ്ങുകയാണ്. അമലേന്ദുമുഖർജി ശക്തമാക്കിയ ഒരു തീരു
മാനത്തിന്റെ മഹാബലവുമായി. ഒരു കാരണത്തിനായി അയാൾ നീട്ടിയ
ചുണ്ടയിൽ എന്റെ തീരുമാനം കൊത്തിവലിക്കാതിരിക്കില്ലെന്നാണെന്റെ
വിശ്വാസം. അമലേന്ദു മുഖർജിയെന്ന മനുഷ്യൻ ഉണർന്നുകഴിഞ്ഞിരു
ന്നല്ലോ.

പതിനൊന്ന്

സുദേശ്ഘോഷ്:
(ആത്മഹത്യയ്ക്ക് ഒരു വിശദീകരണക്കുറിപ്പ്)

എനിക്കിപ്പോഴും ജീവനുണ്ടെന്ന് മനസിലായിത്തുടങ്ങിയിട്ട് നിമിഷങ്ങളേ ആയിട്ടുള്ളൂ. അല്ല, മരിച്ചിട്ടില്ലെന്ന് മാത്രമേ മനസിലായിട്ടുള്ളൂ. ജീവന്റെ നിർവചനം ശ്വസിക്കുകയെന്നത് മാത്രമാണെങ്കിൽ എനിക്കിപ്പോഴും ജീവനുണ്ടാവണം. ഈ തിരിച്ചറിവ് സന്തോഷദായകമല്ല. കാരണം എനിക്ക് അസ്തമിക്കാനായിരുന്നു താൽപ്പര്യം. ഇപ്പോൾ ഞാൻ ഉദയത്തിനും അസ്തമയത്തിനും നടുക്കെവിടെയോ ആവണം.

നാലുദിവസങ്ങൾ ഞാൻ പഞ്ഞിക്കെട്ടുകളിൽ പൊതിഞ്ഞ മുഖവുമായി – അല്ല മുഖത്തിന്റെ സ്ഥാനത്ത് ചില അസ്ഥിക്കഷണങ്ങളുമായി – ജീവിച്ചുവെന്നാണ് ഭവേന്ദർ പറഞ്ഞത്. ഒരാശുപത്രിക്കിടക്കയുടെ അസൗകര്യങ്ങളിൽ എനിക്ക് സഹായിയാകാൻ ഭവേന്ദറുണ്ടായിരുന്നു. മറ്റാരൊക്കെയോ കാഴ്ചക്കാരായി സഹതാപമോ സന്തോഷമോ ഒക്കെ നേടാൻ വന്നിരുന്നുവെന്നാണ് അയാൾ പറഞ്ഞത്.

എനിക്കിപ്പോൾ വേദനയില്ല. മരുന്നുകളുടെ ദുർഗന്ധം മനസിലും ശരീരത്തിലുമേൽപ്പിച്ച മയക്കത്തിന്റെ നേരിയ സുഖമല്ലാതെ. മുഖത്തിനെ ഇപ്പോഴും എന്തൊക്കെയോ ഭാരങ്ങളിൽ ബന്ധിച്ചുനിർത്തിയിരിക്കയാണെന്ന് അനുഭവപ്പെടുന്നുണ്ട്. പറന്നുപോകാതെ കെട്ടിയിട്ടു നിർത്താനുള്ള ചിന്തകളല്ല എന്റെ മുഖത്തുള്ളത്. പ്രവർത്തനം നിലച്ചുപോയ ഫാക്ടറി ഉപകരണങ്ങൾപോലെ ചില അവയവങ്ങൾ. വിലയേറിയ ശസ്ത്രക്രിയകളിലൂടെ കൂറേ വിദഗ്ധർ ഒട്ടിച്ചേർത്തവ.

തുറന്നിരിക്കുന്നവയായി എനിക്കിപ്പോഴുള്ളത് രണ്ടു കണ്ണുകൾ മാത്ര

മാണ്. ആരുടേതെന്നോ ഏതു നിറമുള്ളതെന്നോ എനിക്കു കാണാൻ കഴിയാത്തവ. മൂക്കുകളെ പൊതിഞ്ഞ് രണ്ടു ട്യൂബുകൾ... ഞാൻ കൊതി ച്ചത് വെറും രണ്ടു പഞ്ഞിത്തുണ്ടുകളെയാണല്ലോ. വായിലും ചെവിയിലു മെല്ലാം കൃത്രിമമായി ഒട്ടിപ്പിടിച്ച എന്തൊക്കെയോ അവ്യക്തമായി അനു ഭവപ്പെടുന്നു. ആകെക്കൂടി അധികപ്പറ്റായ എന്തിന്റെയൊക്കെയോ ഭാര മാണ് മുഖം മുഴുവനും. പിന്നെ മനസിലും.

കൈകൾ നിഷ്പ്രയാസം ചലിച്ചേക്കും. അവ തികഞ്ഞ സ്വാതന്ത്ര്യം പ്രഖ്യാപിച്ചുകഴിഞ്ഞു. ഒരുപാടുപേരുടെ രക്തം ചിന്തിയ കൈകളിൽ നഴ് സുമാരുടെ നനഞ്ഞ തുണികൾക്ക് തുടച്ചുമാറ്റാനാവാതെ ഉണങ്ങിപ്പോയ ഒരു തുള്ളി ചോര. വച്ചുകെട്ടുകൾക്കിടയ്ക്കണ്ട അടയാളം സ്വന്തം ചോ രയെ തിരിച്ചറിയുക എന്ന മുദ്രാവാക്യത്തെയാണ് ഓർമിപ്പിക്കുന്നത്.

ഒരു വിപ്ലവത്തിന്റെ ബാക്കിചിത്രമല്ലിതെന്ന് ഭവേന്ദറിന് ഉറപ്പുണ്ടാ വും. ഒരു വിഡ്ഢിത്തമെന്നോ ഭീരുത്വമെന്നോ ആവും അയാളുടെ വില യിരുത്തൽ. എങ്കിലും സ്വയം ന്യായീകരിക്കാൻ എനിക്കേറെ ബുദ്ധിമുട്ടേ ണ്ടിവന്നേക്കില്ല. എന്നും ഞാനതിലൊരു വിജയമായിരുന്നല്ലോ. മനസിലാ ക്കാൻ ഏറെ ബുദ്ധിമുട്ടുള്ളവനല്ല ഞാനെന്ന് ഒട്ടുമിക്കവാറും പേരും സമ്മ തിച്ചിട്ടുള്ളതാണ്.

ക്ലാസ് മുറിയിൽ ഇടുങ്ങിപ്പോവുന്ന ചിന്തകളെയും ആയുധങ്ങൾക്കു പിന്നിൽ വിപ്ലവങ്ങളുടെ ധൈര്യം പ്രസംഗിക്കുന്ന മനസിനെയും പ്രണയ ത്തിന്റെ സുഖമുള്ള സ്വപ്നങ്ങളേയുമെല്ലാം ഒരേ ഗൗരവത്തോടെയാണു ഞാൻ ന്യായീകരിക്കുക. അതൊക്കെ ജീവിതത്തിന്റെ ചോദ്യങ്ങളായിരു ന്നുവെങ്കിൽ ഇപ്പോൾ ഞാൻ മറുപടി പറയേണ്ടത് മരണത്തിന്റേതിനാണ്. വിജയിക്കാനാകാതെപോയ ഒരു പോരാട്ടത്തിന്റെ ചോദ്യത്തിന്. എന്നോട് ഞാൻ തന്നെ ചോദിച്ചതായിരുന്നു അതെന്നു മാത്രം.

എന്റെ ആത്മഹത്യാശ്രമത്തിനെ അപഗ്രഥിക്കാൻ ഒരുപാടുപേരുണ്ടാ യിരുന്നിരിക്കണം. ഒന്നും മനസിലാകാതെയോ കുറച്ചുമാത്രം മനസിലാ ക്കിയോ ജീവിതത്തിന്റെ മടക്കയാത്രയെ ഉത്തരങ്ങളാകാൻ ശ്രമിക്കുന്ന വിഡ്ഢികൾ. മധുവിന് അതിൽനിന്ന് ഒഴിഞ്ഞുനിൽക്കാനായേക്കും. വിഡ്ഢിത്തങ്ങളോടവൾക്കു പ്രത്യേക താൽപ്പര്യമൊന്നുമുണ്ടായിരുന്നി ല്ലല്ലോ. ഒരുപക്ഷേ, സ്വയം ന്യായീകരിക്കുവാനെങ്കിലും അവളും അതിൽ പ്പെട്ടു കാണണം. തനിക്കെതിരേ പാഞ്ഞുവന്ന അസ്ത്രങ്ങളുടെ മുന കൾ തട്ടി മനസ്സ് മുറിയാതിരിക്കാൻ അങ്ങനെയൊരു ബുദ്ധിമുട്ടിലൂടെ യെങ്കിലും അവൾക്കു വിജയിക്കാനായിരുന്നെങ്കിൽ.

ഭവേന്ദർ മുറിക്കുള്ളിലേക്കു കടന്നുവരുന്നു. എനിക്കു സംസാരിക്കാ നാവുമായിരുന്നെങ്കിൽ ഞാനൊരുപാട് പറഞ്ഞേനെ. പക്ഷേ രക്തമൊഴു കുന്ന പ്ലാസ്റ്റിക് കുഴലുകൾ എന്റെ നാവുകൾക്കു ബന്ധനമായിരിക്കു ന്നു. കറുത്ത അക്ഷരങ്ങളുടെ വരികളിലൂടെ കടന്നുപോകുന്ന ചെറിയ നെയ്യുറുമ്പുകൾപോലെ ചോരയുടെ തുള്ളികൾ എന്റെയുള്ളിലേക് പ്രവേ

ശിക്കുകയാണ്. മറ്റാരുടെയോ രക്തം കലർത്തി, ഒട്ടേറെയാളുകളുടെ രക്തം ചീന്തിയ ഒരു ജീവിതത്തെ നിലനിർത്താൻ എല്ലാവരും മിനക്കെടുന്നു. വിപ്ലവത്തിന്റെ ശുദ്ധതയിൽ നിലനിൽപ്പിന്റെ കലർപ്പ് ചുവയ്ക്കുന്നു. എവിടേക്കാണെന്റെ നിലനിൽപ്പിന്റെ പാത നീളുക?

മധു ഇതുവരെ ആശുപത്രിയിലെത്തിയില്ലെന്ന് ഭവേന്ദർ പറയുമ്പോൾ അനാമിക വച്ചിട്ടുപോയ റോസാപ്പൂവ് ഇതളുകൾ കൊഴിഞ്ഞ് സ്റ്റൂളിൽ വിശ്രമിക്കുന്നുണ്ടായിരുന്നു. വരണ്ടുപോയ കണ്ണുകൾ തുറക്കാൻ ശ്രമിച്ച് അത് എന്നെ നോക്കുന്നുവെന്നാണെനിക്കു തോന്നിയത്. എന്നെ കാണാൻ വന്ന് ഞാൻ കാണാതെ പോയവരുടെ പേരുകൾ മുറിക്കുള്ളിൽ കുന്നുകൂടിയ സാധനങ്ങൾ തൊട്ടാണ് ഭവേന്ദർ വിശദീകരിച്ചത്. അതിനിടയ്ക്കെപ്പോഴോ അയാൾ അനാമികയുടെയും പേരുപറഞ്ഞു. കുറിപ്പു നോക്കി പച്ചക്കറികളുടെ വില കൂട്ടിയിടുന്ന കച്ചവടക്കാരന്റെ മിടുക്കായിരുന്നു അയാൾക്ക്. അതിനിടയിൽ കടന്നുവന്ന അപരിചിതനാമങ്ങളോട് പ്രതികരിക്കാൻ എനിക്കാവുമായിരുന്നില്ല. അതുകൊണ്ടുതന്നെ അവയിൽ പൂർണ തൃപ്തി കണ്ടെത്താനും ഇതിനിടയിലാണ് സ്റ്റൂളിനു മുകളിൽ നരച്ച ചുവപ്പുമാറി തവിട്ടുനിറത്തിലേക്കു കടന്ന ഒന്നോ രണ്ടോ ഇതളുകൾ മാത്രമവശേഷിച്ച പൂവിനെ ചുണ്ടി അയാൾ അനാമികയുടെ പേരു പറഞ്ഞത്. കാരണങ്ങളിലേക്ക് കുതിച്ചിറങ്ങാൻ വെമ്പിയ അതിബുദ്ധിമാന്മാരുടെ കൂട്ടത്തിൽ അനാമികയെ കണ്ടപ്പോൾ എനിക്കെന്തോ വല്ലാത്തൊരതൃപ്തി തോന്നി. മനസിലാക്കലുകളുടെ തെറ്റിദ്ധാരണയെന്നൊരടിക്കുറിപ്പു നൽകി ആ ചിത്രം ഞാൻ മാറ്റിവയ്ക്കുകയാണ്.

ഒടുവിൽ ഭവേന്ദർ പറഞ്ഞ പേര് അവന്റേതായിരുന്നു. തൊട്ടുകാണിക്കാൻ തന്റെ ഹൃദയം മാത്രമെന്ന് അവൻ നിസ്സംഗതയോടെ പറയുമ്പോൾ, തെറ്റിപ്പോയതെന്നു ഭയപ്പെട്ട കണക്കുകൂട്ടലുകളിൽ ഒരുനിമിഷം ഞാൻ വല്ലാതായി. ഒടുവിൽ എല്ലാവർക്കും കടന്നുപോകാനുള്ള പാതകൾ ഇതൊക്കെത്തന്നെയാകുമെന്ന് സമാധാനിച്ചിരുന്നപ്പോൾ ഞാനുറങ്ങിപ്പോയി. മനസിൽ വെളിപാടുകളോ തിരിച്ചറിയലുകളോ ഇല്ലാതെ ഒരാശ്വാസത്തിന്റെ കുഞ്ഞുസ്വപ്നം മാത്രം കരുതിവച്ച്. ഇവിടെ ഞാനൊറ്റയ്ക്കാണല്ലോ. വീണ്ടും ചങ്ങാത്തങ്ങളുടെ ബന്ധമില്ലാതെ.

സ്വപ്നങ്ങളിൽ എപ്പോഴോ മധു കടന്നുവരുന്നു. മുഖത്ത് കണ്ണീരിന്റെ നനവോടെ. കണക്കുകൂട്ടലുകളുടെ ഈ മന്ദിരം കൂടി എനിക്കു മുന്നിൽ തകർന്നുവീഴുകയാണ്. സ്വയം ന്യായീകരിക്കാൻപോലും അവൾക്കാവുന്നില്ല. പാപവൃക്ഷത്തിന്റെ കനിപോലെ എല്ലാ മനസിലും പരസ്പര ജ്ഞാനമില്ലായ്മയുടെ ഇരുട്ട് കടന്നുചെല്ലുന്നു. മധുവിനു മുന്നിൽപോലും ആ സംഭവം വിശദീകരിക്കപ്പെടാതെ പോയതായി അവൾ അലമുറയിടുന്നു. നീരസത്തോടെ ഞാൻ കിനാവിനേയും നിരാകരിക്കുന്നു.

ബദ്ധപ്പെട്ട് കണ്ണുകളെ വലിച്ചുതുറന്ന് ബോധത്തിലേക്ക് പ്രവേശിക്കുമ്പോൾ മധുമാല ശരിക്കും എനിക്കു മുന്നിലേക്ക് കടന്നുവരികയായിരു

ന്നു. ഒരാഴ്ച പിന്നിട്ട എന്റെ ആശുപത്രിവാസത്തിനിടയിൽ അവളുടെ ആദ്യ സന്ദർശനമെന്ന് ഭവേന്ദറിന്റെ ലിസ്റ്റിൽ മുറിയിൽ കണ്ട സാധനങ്ങ ളുടെ കണക്കോർമിച്ച് ഞാൻ തീർച്ചപ്പെടുത്തുന്നു. പ്രതിമയുടെ ചലന മറ്റ ദേഹവുമായി കസേരയിലിരിക്കുന്ന ഭവേന്ദറിനു മുന്നിലെത്തി അവ ളിരുന്നു.

"എനിക്കു നിങ്ങളെ അറിയാം."

മുഖവുരകളുടെ ഭാരമില്ലാതെ മധു സംസാരിച്ചുതുടങ്ങി. സംശയങ്ങ ളുടെ ശക്തിക്കുറവിന്റെ ശല്യമില്ലാതെയാണ് അവളുടെ വാക്കുകൾ തുടർ ന്നത്.

"എനിക്കു നിങ്ങളെ അറിയാം. ഭവേന്ദരല്ലേ?"

വിശ്വാസത്തിന്റെ കരുത്തുകലർന്ന ചോദ്യമായിരുന്നു അത്. ഭവേ ന്ദർ വെറുതെ തലയാട്ടിക്കാണണം. എനിക്കതു കാണാനായില്ല. മുഖത്ത് പടരുന്ന കുഴലുകളെ വെട്ടിച്ച് എന്റെ കണ്ണുകൾക്ക് ഏറെ ദൂരം സഞ്ചരി ക്കാനാവില്ലെന്ന തിരിച്ചറിവിന്റെ സമയമായിരുന്നു അത്.

ഡോക്ടർമാർ മിനക്കെട്ട് കൂട്ടിച്ചേർത്ത നാഡികളിലൂടെയോ തുന്നി പ്പിടിപ്പിച്ച കാതുകളിലൂടെയോ എന്നെത്തേടി ഇപ്പോളെത്തിയ സ്വരം മധു വിന്റേതു തന്നെയാണ്.

"സുദുവിന് മറ്റാരുടെയും മുഖം ആവശ്യമുണ്ടായിരുന്നില്ലെന്ന് നിങ്ങൾക്ക് തോന്നിയില്ലേ? ജീവിക്കാൻ മുൻകൂട്ടി നിശ്ചയിച്ചപോലെയൊരു മുഖം വേണമെന്ന് വാശിപിടിക്കാൻ അവനെന്തിനാണൊരുങ്ങുന്നത്? ഒരു മുഖംമൂടിയില്ലാതെ ലോകത്തിനു മുന്നിൽ പ്രത്യക്ഷപ്പെടാൻ അവന് ധൈര്യമില്ലേ? അല്ലെങ്കിൽത്തന്നെ നമ്മെ അന്വേഷിക്കുന്നവർക്ക് മറുപടി നൽകാൻ ഒരു മുഖംമൂടി മതിയാകുമെന്ന വിശ്വാസം എന്തൊരു വിഡ്ഢി ത്തമാണ്."

അവൾ തുടരുകയാണ്. ഭവേന്ദർ നിശ്ശബ്ദതയിലും. മറുപടി മനസി ലൊരുക്കാൻപോലും അയാൾക്കായിട്ടുണ്ടാവില്ല. മുഖത്തിന്റെയും മുഖ മൂടിയുടെയും തീരുമാനങ്ങളൊന്നും സ്വയം എടുത്തവയല്ലല്ലോ. എന്റെ യോ ഭവേന്ദറിന്റേയോ മുഖത്തിന്റെ അവകാശം മുഖംമൂടികൾക്കു തന്നെ യാണ്. രാഷ്ട്രീയ കഥകളിലെ കുഞ്ഞുമുഖങ്ങൾക്കുപോലും നിശ്ചിത രൂപം വേണമെന്ന അവരുടെ വാശി എന്നെയും ഭവേന്ദറിനെയുമൊന്നും മുഖം നഷ്ടപ്പെടാൻ അനുവദിച്ചേക്കില്ല. ആരുടെയെങ്കിലുമൊക്കെ മുഖ ങ്ങളെ ഞങ്ങൾ ചുമന്നേ തീരൂ.

ഭവേന്ദർ എങ്ങനെയെങ്കിലും മധുവിനോട് പ്രതികരിച്ചേ തീരൂ എന്നെനിക്കു തോന്നി. അയാളുടെ നിശ്ശബ്ദതയ്ക്ക് അസഹനീയതയുടെ ദുർഗന്ധമുണ്ടായതുകൊണ്ടാവാം. ബോധത്തിന്റെ മനസെത്തിയശേഷം ഞാൻ ആദ്യമായി ന്യായീകരിക്കപ്പെടുന്നത് എങ്ങനെയാവുമെന്നറിയാ നുള്ള കൗതുകമാവണം ആ ഗന്ധത്തിനു പിന്നിൽ.

"നിങ്ങളെ മനസിലാക്കാൻ എനിക്കേറെ ബുദ്ധിമുട്ടേണ്ടിവന്നില്ലേ

ന്നു തോന്നുന്നു." ഭവേന്ദർ മധുവിന് ചോദ്യങ്ങളുടെ ക്രമത്തിൽ മറുപടി പറഞ്ഞു തുടങ്ങുകയാണ്. ഭാവങ്ങളുടെ വേലിയേറ്റമില്ലാത്ത സ്വരത്തിൽ.

"പക്ഷേ, നിങ്ങളുടെ വാക്കുകളെ പിന്തുടർന്നെടുക്കാൻ എനിക്കാ വുന്നില്ല. ഘ്ലോഷിന്റെ നഷ്ടമായ മുഖത്തിന് വിശദീകരണം തേടുന്നതിനു മുമ്പേ നിങ്ങൾ പുതിയ മുഖത്തിന്റെ ന്യായീകരണങ്ങൾ അന്വേഷിച്ചതെ ന്ത്? ഒരു രക്ഷപ്പെടലിന്റെ വ്യർത്ഥശ്രമങ്ങളെ തിരിച്ചറിയാതിരിക്കാൻ മാത്രം വിഡ്ഢിയാണ് ഞാനെന്ന് കരുതുന്നോ?"

ഭവേന്ദർ ക്രമങ്ങളെയെല്ലാം തെറ്റിച്ച് കടന്നുകയറുമ്പോൾ എനിക്ക് അമ്പരക്കാതിരിക്കാനാവുന്നതെങ്ങനെ? ഒരു രക്ഷപ്പെടലെന്ന് മധുവിനെ ചൂണ്ടി ഭവേന്ദർ പറയുമ്പോൾ അവൾ രക്ഷപ്പെടാൻ ശ്രമിക്കുന്ന കുറ്റമേ തെന്ന് ഓർക്കാതെ വയ്യ. ഇതാണ് എനിക്കുള്ള ന്യായീകരണമെങ്കിൽ അതെനിക്ക് തരുന്നത് ഒരു പുതിയ പുഞ്ചിരിപോലുമില്ല, ഞെട്ടലാണ്.

"നിങ്ങളെ തോൽപ്പിച്ച് ജയിക്കാനാണ് ഘ്ലോഷ് ശ്രമിച്ചതെന്ന സത്യ ത്തിൽ നിന്നെങ്ങനെയാണ് നിങ്ങൾ രക്ഷപ്പെട്ടോടുക? എവിടേക്കാണ്?"

എന്റെ ചുണ്ടുകൾക്ക് ശബ്ദിക്കാനാവുമായിരുന്നെങ്കിൽ ഇപ്പോൾ മധുവിനെ രക്ഷിക്കാൻ അവ ശ്രമിച്ചേനെ. പക്ഷെ അവ മുദ്രവയ്ക്കപ്പെ ട്ടിരിക്കുകയാണല്ലോ. വേദനകളുടെ താഴിട്ട് പൂട്ടി എന്റെ ശബ്ദത്തിന് മുദ്ര വച്ചിരിക്കുന്നു ചലനങ്ങൾക്കുപോലും.

മധു പ്രതികരണം മറന്ന് പിൻവലിഞ്ഞിരിക്കണം. കാരണം, ഞാൻ പിന്നെ കേട്ടത് നിശ്ശബ്ദതയാണ്. എന്തൊരു ക്രൂരതയെന്നൊന്ന് വിളി ച്ചുപറയാനായെങ്കിൽ.

ഞാൻ അന്ന് പകൽ ഭവേന്ദറിനടുത്തേക്കു പോയത് തീരുമാനങ്ങ ളില്ലാതെയാണ്. മധുവിന്റെ രണ്ടു ദിവസങ്ങൾ ഒരു പിൻവാങ്ങലല്ലെന്ന് എനിക്ക് ബോധ്യമുണ്ടായിരുന്നു. ബന്ധങ്ങളുടെ ചുറ്റളവിനെ അങ്ങനെ യങ്ങ് മുറിച്ചുകളയാൻ അവൾക്കാവില്ലല്ലോ. എനിക്കും, അതെപ്പോഴും ചതുരങ്ങളിൽത്തന്നെ സൂക്ഷിക്കപ്പെടേണ്ടതാണ്.

"എന്തിന്" എന്ന ചോദ്യത്തിനു മറുപടി പറയാൻ ഞാനുണ്ടാവു മെന്ന് കരുതിയില്ല. അതിന്റെ ഉത്തരങ്ങൾ ആക്രമണത്തിന്റെ മുഖ ത്തോടെ മധുമാലയ്ക്കു പിന്നാലെ പാഞ്ഞുചെല്ലുമെന്നും. അവളുടെ ജീവിതത്തെ പലപ്പോഴും മനസിലാക്കാനാകുമായിരുന്നില്ലെന്നത് സത്യ മെങ്കിലും, ആ മനസിലാകായ്ക തിരിച്ചും ആവർത്തിക്കപ്പെട്ടിരുന്നതു കൊണ്ട് ഞങ്ങൾക്കിടയിൽ ഒരു പൊട്ടിത്തെറി സൃഷ്ടിക്കാനുള്ള കഴി വൊന്നും അതിനുണ്ടായിരുന്നില്ല. വിട്ടുവീഴ്ചകളെന്നോ ഒത്തുതീർപ്പുക ളെന്നോ ഒക്കെ വിളിക്കാവുന്നവയിലേക്ക് മനസിലാകായ്കകളെ ഒതുക്കി മാറ്റാൻ ഞങ്ങൾക്കു കഴിഞ്ഞിരുന്നില്ല. പിണക്കത്തിന്റെ ആദ്യ ദിവസം ഒരു വേർപിരിയലൊന്നും ഞാൻ ശ്വസിച്ചതേയില്ല. അന്ന് സംഗീതമില്ലാതെ ഞങ്ങൾക്കിടയിലേക്കു കടന്നുവന്ന രാവിന് ഇടയ്ക്കൊക്കെ മാനത്തെ ത്തിയ കാർമേഘങ്ങളുടെ അകമ്പടി ഉണ്ടായിരുന്നു. ഓർമകളിൽനിന്ന്

തൂത്തെറിയേണ്ട ഒരു ദിവസംകൂടി എന്നു മാത്രമേ എനിക്കു തോന്നിയു ള്ളൂ. രക്തം പുരണ്ട ചില ദിവസങ്ങൾ വെറുതെയങ്ങ് മായ്ച്ചുകളയുന്ന തുപോലെ.

ഉറക്കമില്ലാതെപോയ രാത്രിയെ മറികടന്ന് പുലരിയിലെത്തുമ്പോൾ ഞാൻ വല്ലാതെ അസ്വസ്ഥനായിരുന്നു. ഒത്തുതീർപ്പുകളോ തോൽവി യോ എനിക്കു മുന്നിലേക്കു വച്ചുനീട്ടപ്പെടുന്നതെന്തായാലും ഏറ്റുവാങ്ങി അവളുടെ സാന്നിധ്യം കൈപ്പറ്റാൻ ഞാൻ തയാറായിരുന്നു. എനിക്ക് സ്നേഹത്തിന്റെ കുളിർമ മാത്രമായിരുന്നു ആവശ്യം.

രാവിലെ ലക്ഷ്യങ്ങളില്ലാതെ തിരിച്ച ഞാൻ എത്തിച്ചേർന്നത് സെൻട്രൽ സ്റ്റേഷനുമുന്നിലാണ്. പടികയറി വന്ന മധുവിന്റെ മുന്നിൽ പെട്ടുപോകാൻ ഞാൻ മനഃപൂർവം ശ്രമിച്ചു. പക്ഷേ, അവളുടെ മുഖത്ത് ഭാവമാറ്റങ്ങളില്ലാതെ ഉറഞ്ഞുകൂടിയിരുന്ന ശൈത്യം എന്നിൽ വളരെപ്പെ ട്ടെന്ന് തിരിച്ചറിവുണർത്തി. സാമീപ്യങ്ങളെ അവളപ്പോൾ വെറുക്കുന്നു വെന്ന് എനിക്കുറപ്പായിരുന്നു. വല്ലാത്ത ഒരു മൂഢത മനസിലേക്ക് തുള ച്ചുകയറി.

മധു എന്നെ കാണാതെ കടന്നുപോകുമ്പോൾ വേദനിച്ചിരുന്നോ? ഇപ്പോഴും മറുപടി പറയാനാവാത്ത ഒരു ചോദ്യമാണത്. പക്ഷേ, ഭവേന്ദ രിന്റെ വീടിനു മുന്നിലെത്തുന്നതുവരെ എനിക്ക് പ്രത്യേകിച്ച് ഒരു തീരു മാനമുണ്ടായിരുന്നില്ലെന്നത് ആവർത്തിക്കപ്പെടേണ്ട സത്യമാണ്.

ആത്മഹത്യയെക്കുറിച്ച് ചിന്തിച്ചത് ഒരു തമാശകാട്ടാൻ പോകുന്നതു പോലെയാണ്, ഭവേന്ദരിനോട് കാപ്സ്യൂൾ ബോംബാവശ്യപ്പെടുമ്പോഴും മനസിലൊരു കുട്ടിക്കളിയായിരുന്നു. വെറുതെയങ്ങ് മരിച്ചാലെന്തെന്നൊരു തോന്നൽ. കമ്യുവിന്റെ ഒരു കഥാപാത്രം പറഞ്ഞതുപോലെ മറ്റുള്ളവ രുടെ ആത്മാർഥതയളക്കാനോ യഥാർഥ ചങ്ങാതിയെ കണ്ടെത്താനോ അല്ല. ഒരുദ്ദേശ്യവുമില്ലാതെ വെറുതെയങ്ങ് മരിക്കാൻ മാത്രം. പരീക്ഷ ണങ്ങളൊന്നുമില്ലാതെയങ്ങ് മരിച്ചു നോക്കാൻ.

സ്വന്തം മരണാനന്തരംഗം ആസ്വദിച്ചുനിൽക്കുന്ന എന്നെ ഞാനൊ രുപാട് തവണ കിനാവുകളിൽ കണ്ടിട്ടുണ്ട്. ഒരുപക്ഷെ ജീവിച്ചിരിക്കു ന്നവരെല്ലാവരും കണ്ടിരിക്കാനിടയുള്ള ഒരു പകൽക്കിനാവിന്റെ മുൻനി രയിൽ ഞാനിതിനെ നിർത്തിക്കോട്ടെ. രംഗത്തെ മുഖങ്ങൾക്ക് മാറ്റം വന്നേക്കാം. പക്ഷേ അവതരിപ്പിക്കപ്പെടുന്ന ആക്ഷനുകൾക്ക് മാറ്റമുണ്ടാ വില്ല. ഒരേ നാടകം പല ട്രൂപ്പുകൾ അവതരിപ്പിക്കുന്നതുപോലെ, പ്രേക്ഷ കരും മാറാതെ വയ്യല്ലോ.

അത്തരമൊരു സ്വപ്നമാണെന്നെ ഭവേന്ദരിനു മുന്നിലും ബോംബി ലേക്കും നയിച്ചത്. കൊയ്റാപുകുറിൽ നിന്നും ഡംഡമിലേക്കു പോകു മ്പോൾ ടാക്സിക്കാരന് നീട്ടിയ നൂറുരൂപാ നോട്ടുകളെത്രയുണ്ടെന്ന് എനി ക്കിപ്പോഴും ഓർമയില്ല. അല്ലെങ്കിൽ, ഓർക്കാൻ അവയുടെ എണ്ണം ഞാനെ ടുത്തിരുന്നില്ലല്ലോ. അമ്പരപ്പു നിറഞ്ഞ ആ വൃദ്ധന്റെ കണ്ണുകൾ എനി

ക്കിപ്പോഴും ഓർമയുണ്ട്.

നിലാവത്ത് മധുവിന്റെ വീടിനു മുന്നിലേക്ക് നടക്കുമ്പോൾ ഞാ
നേറെ ഉല്ലാസവാനായിരുന്നു. കിഷോറിന്റെ സ്വരമോർമിപ്പിച്ച മൂളിപ്പാ
ട്ടിന്റെ നഷ്ടപ്പെട്ടുപോയ ഭാഗമാണെന്നെ അസ്വസ്ഥനാക്കിയത്. പൂട്ടിക്കി
ടന്ന ഏതോ സ്റ്റുഡിയോക്കു മുന്നിൽ അതോർക്കാൻ നിന്നപ്പോൾ പോക്ക
റ്റിലെ പഴ്സിൽ തിരിച്ചറിവിന്റെ രേഖകളുണ്ടെന്ന് ഞാനുറപ്പുവരുത്തി.
അവിടെ തുറന്ന ജനാലയ്ക്കു കീഴെയെത്തിയപ്പോൾ എന്നോടെന്നവ
ണ്ണമായിരുന്നു പാട്ടുയർന്നത്. വേദനയും ആശങ്കയും സന്തോഷവും സ്വ
സ്ഥതയും നൽകുന്ന പ്രണയത്തെക്കുറിച്ചുള്ള പാട്ടെന്നെ ഒരു നിമിഷം
ചിന്തിപ്പിച്ചു.

മധുവിന്റെ ടേപ്പ് റെക്കോർഡർ പാടാറില്ലാത്ത പാട്ടുകളിലൊന്നാണ
തെന്ന് ഞാനോർത്തുനിൽക്കവേയാണ് എനിക്കു മുന്നിൽ ജനാലയടഞ്ഞ
ത്. ഒന്നും ചിന്തിക്കാനുണ്ടായിരുന്നില്ല. ആശങ്കകളെയും സ്വസ്ഥതക
ളെയും കടന്ന് ഭവേന്ദറിന്റെ കടലാസുപെട്ടി തുറക്കുമ്പോൾത്തന്നെ
ഞാൻ അബോധാവസ്ഥയിലായിരുന്നിരിക്കണം. പിന്നീട് എന്റെ ഓർമ
തെളിയുന്നത് ഇവിടെ, ആശുപത്രിക്കിടക്കയുടെ ദുർഗന്ധങ്ങളില്ലാത്ത മുറി
യിൽ ഭവേന്ദറിന്റെ ശബ്ദത്തിലേക്കാണ്.

"കാരണങ്ങളുടെയോ പശ്ചാത്താപത്തിന്റെയോ വിശദീകരണമായി
നിങ്ങൾക്കു വേണമെങ്കിൽ ഏറ്റെടുക്കാം. സുദുവിനൊപ്പം ജീവിക്കാനുള്ള
എന്റെ തീരുമാനത്തിന് ഒരു വിശദീകരണത്തിന്റെ ആവശ്യമില്ലെന്ന്
എന്നെപ്പോലും ബോധ്യപ്പെടുത്തേണ്ട ഉത്തരവാദിത്തം അവശേഷിക്കു
ന്നില്ലെന്ന് ഞാൻ വിശ്വസിച്ചോട്ടെ."

മധു ഒരു സംവാദം പൂർണമാക്കുകയാണെന്നു തോന്നി. കാരണ
ങ്ങളുടെ പട്ടികയ്ക്കപ്പുറത്തുനിന്ന് അവളുടെ തീരുമാനം ഒരു യുദ്ധ
ത്തിന്റെ ക്രൂരതയോടെയാണു മനസിലേക്കു പ്രവേശിച്ചത്. തോറ്റില്ലെന്ന
വിശ്വാസത്തിന്റെ കരുത്ത് ആ വാക്കുകളിലൊളിച്ചിരുന്നെന്ന് തോന്നുന്നു.
നിരപരാധിത്വത്തിന്റെ ബലിപോലെ സഹനത്തിന്റെ ജീവിതം ഏറ്റു
വാങ്ങാൻ അവളെ അനുവദിക്കരുതെന്ന് മനസ്സ് നിർബന്ധം പിടിക്കുന്നു.

മധുവിന് അമ്പരപ്പുകളിലൂടെ എന്തൊക്കെയോ മറുപടി നൽകാൻ
ശ്രമിക്കുകയാണ് ഭവേന്ദർ. പോർക്കളത്തിൽ അപ്രതീക്ഷിതമായി നിരാ
യുധനാക്കപ്പെട്ട പടയാളിയുടെ അന്ധാളിപ്പ് പ്രതിഫലിക്കുന്ന അയാളുടെ
മുഖം അടഞ്ഞ കണ്ണുകളിലൂടെപ്പോലും എനിക്കു കാണാനാവും.

ആരും വിജയിക്കാത്ത ഒരു അവസാനമാണെനിക്കിഷ്ടം. മധു
പോലും, തോൽവിയും ജയവുമില്ലാത്ത ഒരൊടുക്കം. അത്രയും മതി,
അവൾക്കൊപ്പം സന്തോഷത്തിന്റെ ഒരു ജീവിതം ഇനി വയ്യ. ജീവന്റെ
കാലാവധി നീട്ടിത്തരുന്ന യന്ത്രങ്ങളെ മറികടക്കാനാവുമെന്ന് എനിക്കു
റപ്പുണ്ട്.

ഉയർത്തിയ കയ്യിൽ റബറോ പ്ലാസ്റ്റിക്കോ മറ്റെന്തൊക്കെയോ തട

യുന്നുണ്ട്. കൈകളിലും ചുമലിലും വേദനയും. കുഴലുകൾ ദാനം തരുന്ന ശ്വാസവും രക്തവുമെല്ലാം നിഷേധിക്കുകയാണു ഞാൻ. കൈകൾക്ക് ബലമേറുന്നു. മുഖത്ത് എന്തൊക്കെയോ അടർന്നുപോവുന്നു. എവിടെ യൊക്കെയോ വേദന പടരുന്നു. ശ്വാസത്തിന്റെ കണങ്ങൾ നിഷേധിക്കു മ്പോൾ എന്റെ ബോധം നശിക്കുകയാണ്. തകർന്ന ചുണ്ടുകളിലൂടെ ഞാൻ അലറാൻ ശ്രമിക്കുന്നു. മധുവും ഭവേന്ദറും അവ്യക്ത രൂപങ്ങളായി എനിക്കു മുന്നിലേക്ക്, വേണ്ട, കരയരുത്. എന്നിൽ അവശേഷിക്കുന്ന ചുണ്ടുകളിലെവിടെയോ വേദനയുടെ ഞരക്കങ്ങൾക്കപ്പുറം ഒരു പുഞ്ചിരി യില്ലേ? ഏറ്റുവാങ്ങുക – ജീവിതത്തെയും മരണത്തെയും യാത്രാമൊഴി യെയുമെല്ലാം. ചിരിക്ക്. തോൽവിയും വിജയവുമെല്ലാം പരിധികൾക്കപ്പു റത്തേക്കു അകറ്റി നിർത്തുന്ന ചിരി. ഇനി എനിക്കു കാണാം, ചിതയ്ക്കു മുന്നിൽ; എല്ലാവരേയും.